महागाई

जागतिक हतबलता की धोरणाची कमतरता

डॉ. विनायक म. गोविलकर

डायमंड पब्लिकेशन्स

महागाई

जागतिक हतबलता की धोरणाची कमतरता

डॉ. विनायक म. गोविलकर

प्रथम आवृत्ती – जून २००८

ISBN : 978-81-8483-014-9

© डायमंड पब्लिकेशन्स

मुखपृष्ठ
शाम भालेकर

अक्षरजुळणी
मनिषा खंडागळे

प्रकाशक
डायमंड पब्लिकेशन्स
२६४/३ शनिवार पेठ, ३०२ अनुग्रह अपार्टमेंट
ओंकारेश्वर मंदिराजवळ, पुणे–४११ 030
☎ 020-२४४५२३८७, २४४६६६४२
info@diamondbookspune.com

ऑनलाईन पुस्तक खरेदीसाठी भेट द्या
www.diamondbookspune.com

प्रमुख वितरक
डायमंड बुक डेपो
६६१ नारायण पेठ, अप्पा बळवंत चौक
पुणे–४११ 030 ☎ 020-२४४८०६७७

कोणत्याही महागाईची कधीही

जरासुद्धा जाणीव होऊ न देणारी

माझी पत्नी....

सौ. स्नेहदा हीस

प्रकाशकाचे दोन शब्द

महागाई ही समस्या नवीन मुळीच नाही; पण सध्या ती ताजी मात्र नक्कीच आहे. केव्हा तरी महागाई डोके वर काढते, तिचे स्वरूप प्रत्येक वेळी थोडे का होईना बदलते, तिच्या स्वरूपानुसार उपाययोजना केली जाते. काही काळ ती समस्या सुटली असे वाटते आणि कालांतराने ती पुन्हा हजर होते. भारतात आणि संपूर्ण जगात अलीकडच्या आठ-दहा महिन्यांत महागाई आपले अस्तित्व व रंग दाखवू लागली आहे. तिच्या बाबत उत्सुकताही वाढत आहे. सामान्य नागरिक, व्यापारी, उद्योजक, शासन, विद्यार्थी, शिक्षक साऱ्यांनाच महागाईचे स्वरूप, अर्थ, कारणे, उपाय याबाबत जिज्ञासा आहे. विविध अभ्यासक्रमात महागाई हा विषय समाविष्ट केला आहे. सबब जिज्ञासापूर्तीसाठी आणि अभ्यासक्रमाला संदर्भ म्हणून उपयोगी होईल असे 'महागाई' या विषयावर पुस्तक करावे असे आम्हाला वाटले.

डॉ. विनायक गोविलकर यांची पुण्यात 'महागाई' या विषयावरच अलीकडे दोन व्याख्याने झाली. यापूर्वी डॉ. गोविलकरांची दोन पुस्तके आम्ही प्रकाशित केली होती. विशेष आर्थिक क्षेत्र आणि आर्थिक संकल्पना या त्यांच्या दोन्ही पुस्तकांतील त्यांचा विषयाचा अभ्यास, त्यांची लेखनशैली आणि विषय समजून देण्याची हातोटी वाचकांना आवडली होती. म्हणून त्यांनी 'महागाई' या विषयावरही लिहावे असे आम्ही त्यांना सुचविले. त्यांनी सदर प्रस्ताव लगेच स्वीकारला आणि अत्यल्प कालावधीत हे पुस्तक साकार झाले. त्यांनी या पुस्तकात महागाईच्या जागतिक व देशांतर्गत तपशिलाचा ऊहापोह केला आहे.

सदर पुस्तकाला वाचकांचा उदंड प्रतिसाद मिळेल याची आम्हास खात्री आहे. शैक्षणिक संदर्भ ग्रंथ प्रकाशनात अग्रेसर बनण्याच्या आमच्या प्रयत्नांत 'महागाई' वरील या पुस्तकाने भर घातली आहे.

पुणे

दत्तात्रय गं. पाष्टे

मनोगत

गेले काही महिने सर्वच प्रसारमाध्यमांत 'महागाईचा', किंमतवाढीचा खूपच बोलबाला झाला आहे. शासन योग्य आणि जलद गतीने उपाय केल्याचा दावा करीत त्यांची महती गात आहे. सरकारवर टीका करण्यासाठी विरोधकांना एक चांगला मुद्दा महागाईच्या रूपाने मिळाला आहे. 'महागाईमुळे मागणी कमी झाली' असा गळा काढत काही व्यापाऱ्यांनी साठेबाजी करायला व अवाजवी नफा मिळवायला सुरुवात केली आहे. सारेच महागाईविषयी पोटातिडकीने बोलत आहेत. सामान्य माणूस मात्र महागाईचे चटके सोसत आहे आणि ही चर्चा भाववाढीच्या संकटातून त्याची सुटका कशी करेल, या चिंतेने तो ग्रासला आहे.

पण खरंच भाववाढीने पोळणारा तो 'सामान्य माणूस' म्हणजे कोण? आणि तो या भारतात आहे का? असे वाटण्यासारखी स्थिती शहरात दिसते. 'वीक एण्डच' कशाला जवळपास रोजच आणि विशेत: 'डिनर'च्या वेळी सर्व 'फॅमिली रेस्टॉरंट' भरून वाहत असतात. 'वेटिंग'मध्ये ही 'स्टॅंडिंग' राहावे लागते. कोणत्याही टुरिस्ट कंपनीच्या Long आणि Short tours 'पॅक' आहेत. पोरासोरांच्या वाढदिवसाच्या पार्ट्या (आता त्याही हॉटेलातच, अगदी गेला बाजार हॉलमध्ये) 'फुल' आहेत. वॉटरपार्क, ॲमेनिटी पार्क, ग्रेप गार्डन्स वगैरेमध्ये होणाऱ्या 'थीम पार्ट्या' भरगच्च की! मल्टिप्लेक्समध्ये एका तरी 'शो'ला एक तरी खुर्ची रिकामी सापडते का? तिथे मराठी सिनेमांचेही 'शो' 'हाऊस फुल' जातात. गाड्यांच्या किमती वाढताहेत; पण गाड्यांच्या बुकिंगची 'वेटिंग लिस्ट' कमी होत नाही. पेट्रोल/डिझेल तर सतत वाढतंय, पण आमच्या गाड्यांच्या टाक्या 'फुल' आहेत. अहो सोन्याचे भाव १२,००० रुपयांवर गेले तरी सराफांच्या दुकानात पाय ठेवायला जागा नाही.

शहरी विभागातील पांढरपेशा उच्चभ्रू समाजाचं हे चित्र सोडलं तर अन्य सर्वांनाच महागाईनं जगणं कठीण केलंय. त्यांना महागाईचा निर्देशांक की काय म्हणतात ते कळत नाही; पण सुखानं जगणं, पोटभर खाणं त्यांना जमत नाही. त्याविरुद्ध त्यांनी केलेला आक्रोश कोणास ऐकू येत नाही. प्रसारमाध्यमातून महागाईचा बोलबाला खूप झालाय; पण तो अशा मंडळींनी केलाय की त्यांना महागाईचे चटके आज तरी फारसे बसतच नाहीत. म्हणून ते लोक महागाईकडे सामान्यत: फार गांभीर्याने बघत नाहीत. पण महागाईचा अतिरेक झाला तर काय होते याचे उदाहरण मेक्सिको, हैती व इतर अनेक देशांत सध्या आपल्याला पाहायला मिळते. या देशात ज्या लोकांना महागाईचा वाराही

शिवला नव्हता त्यांना इतर भुकेकंगाल जनतेने जगणं मुश्किल करून टाकलं. भाकरीच्या लढ्याने मोर्चे आणि निदर्शनांनी सारेच हादरून गेले. त्याच्या बातम्या, फोटो, व दूरचित्रवाणीवरील प्रत्यक्ष चित्रण पाहून तेही थोडासा विचार करू लगले.

स्वत: भोगल्यामुळे, इतरांच्या अनुभवामुळे, जगभरातील घटनांमुळे आणि दिवसागणिक वाढणाऱ्या तीव्रतेमुळे साऱ्यांचे लक्ष 'महागाई' या विषयाकडे वेधले जाऊ लागले आहे. पंतप्रधान, अर्थमंत्री, वाणिज्यमंत्री, कृषिमंत्री या सर्वांनीच भाववाढीबाबत चिंता व्यक्त केली आहे. अर्थमंत्र्यांनी सध्याच्या भाववाढीच्या कारणांची यादीच तयार केली आहे. ते म्हणतात, ''या भाववाढीसाठी आशिया आणि इतर भागातील वाढते उत्पन्न, खनीज तेलाच्या चढत्या किमती, आंतरराष्ट्रीय स्तरावरील सट्टेबाजी, इथेनॉल उत्पादनासाठी अमेरिकेने सुरू केलेला २०% खाद्यान्नाचा वापर, जगात उद्भवलेले वित्तीय संकट, सिमेंट आणि स्टील उद्योगांचा विक्रय नियंत्रण संघ (Cartel), राष्ट्रीय लोकशाही आघाडी (NDA) सरकारने सौम्य केलेला Essential Commodities Act, काही राज्यांतील व्यापाऱ्यांची साठेबाजी या गोष्टी कारणीभूत आहेत. किंमतवाढ ही जागतिक बाब आहे आणि तिने घाबरून जाण्याचे कारण नाही.''

अर्थमंत्री धीर देत असले तरी भारताची मध्यवर्ती बँक रिझर्व्ह बँक ऑफ इंडिया तसेच आंतरराष्ट्रीय नाणे निधी (IMF) या वित्तीय संस्थांची मात्र किंमत-वाढीबाबत सावधानतेचा इशारा दिला आहे. कोलंबिया विद्यापीठाच्या 'वर्ल्ड लीडर्स फोरम'च्या वतीने आयोजित 'India as an emerging economic giant' या विषयावरील पॅनल डिस्कशन (१५-४-०८) मध्ये रिझर्व्ह बँकेचे गव्हर्नर श्री. वाय. व्ही. रेड्डी म्हणाले, ''काही प्रमाणात भाववाढ होणार याचा आम्हाला अंदाज होता. पण प्रत्यक्षात भाववाढ फारच तीव्र झाली. आता आम्हाला स्थानिक तसेच जागतिक परिस्थितीच्या सर्व पैलूंचा विचार करायला हवा. भारताच्या सहनशीलतेच्या मर्यादेपलीकडे खाद्यान्नांच्या किंमती पोहोचल्या आहेत. भाववाढीची ही पातळी आम्हाला मान्य नाही.''

आंतरराष्ट्रीय नाणेनिधीचे आशिया आणि पॅसिफिक विभागाचे संचालक श्री. डेव्हिड बर्टन आणि सल्लागार श्रीमती कल्पना कोच्चर यांनीही भाववाढीविषयी चिंतेचा सूर लावला. एप्रिल २००८ च्या सुरुवातीला झालेल्या जागतिक बँक आणि आंतराष्ट्रीय नाणेनिधी यांच्या संयुक्त वार्षिक सभेच्या वेळी पत्रकारांशी बोलताना श्रीमती कल्पना कोच्चर म्हणाल्या, ''भारतातील भाववाढ ही एक मोठी समस्या आहे. ७.४% हा भाववाढीच्या दराचा आकडा आज मोठा वाटत नसला तरी त्याची व्याप्ती वाढण्याच्या आत त्यावर उपाययोजना करायला हवी.'' उपाय तर भरपूर करतोय, असं सरकार म्हणतंय; पण परिणाम फार दिसत नाहीत. पत्रकारांनी त्याबाबत छेडलं तर अर्थमंत्री

म्हणतात, ''माझ्याकडे त्यासाठी जादूची कांडी (magic wand) नाही. आम्ही प्रयत्न करीत आहोत.''

असा बहुचर्चित, बोचणाऱ्या, दिवसागणिक वाढणाऱ्या, देशालाच नव्हे तर संपूर्ण जगाला भेडसावणाऱ्या महागाईविषयी थोडं तपशिलात जाऊन विचार मांडण्यासाठी हा लेखनप्रपंच! महागाई जागतिक आहे म्हणजे काय याचे विवेचन करीत या छोटेखानी पुस्तकाची सुरुवात केली आहे. रोजच्या जीवनात अनुभवायला मिळणाऱ्या महागाईचा अर्थशास्त्रीय अर्थ व कारणे याचे संक्षेपाने स्पष्टीकरण दुसऱ्या प्रकरणात केले आहे. महागाईचा दर ७.५७% झाला असे आपण ऐकतो, वाचतो, पाहतो; पण हा दर कसा ठरविला जातो, तो काय दाखवितो, तो महागाईचे किती प्रतिनिधित्व करतो याची उत्तरे शोधण्याचा प्रयत्न तिसऱ्या प्रकरणात आहे. भारतातील महागाईच्या कारणांचा वेध प्रकरण चारमध्ये घेऊन पुढच्या प्रकरणात भारतीय शासनाने योजलेल्या उपायांचा तपशील दिला आहे. हे उपाय परिणाम साधतील का? आणि त्याशिवाय काय करता येईल याची चर्चा करून पुस्तकाची समाप्ती केली आहे.

महागाई भेडसावत असताना त्यावर पुस्तक लिहिले असले तरी त्यात केवळ सध्याच्या परिस्थितीचा विचार केलेला नाही. काही सैद्धांतिक बाबींचीही मांडणी करण्याचा अल्पसा प्रयत्न या पुस्तकात केला आहे. वाचकांकडून त्यावर प्रतिक्रिया व सूचना याव्यात, ही अपेक्षा!

या विषयावर लेखन झाले ते श्री. हरी मिरासदार व श्री. किशोर शशीतल यांच्या आग्रहामुळे! ते लेखन पुस्तक स्वरूपात आणले, डायमंड प्रकाशनचे 'श्री. दत्तात्रय पाष्टे' यांनी! डायमंड प्रकाशनने माझे हे तिसरे पुस्तक प्रकाशित केले त्याबद्दल मी त्यांचा ऋणी आहे.

४, लोकमान्यनगर
गंगापूर रोड, नाशिक-२.
१५-५-०८

वि. म. गोविलकर

लेखकाचा परिचय

श्री. विनायक महादेव गोविलकर

एम. कॉम., एलएल. बी., एफसीए, पीएच डी.

पुणे विद्यापीठात एम. कॉम. व एलएल बी. परीक्षेत प्रथम क्रमांक सी ए. परीक्षेत विशेष गुणवत्ता यादीत सनदी लेखापरीक्षक म्हणून २७ वर्षे व्यवसाय

- महाराष्ट्र राज्य नियोजन मंडळाच्या उद्योग व पर्यटन अभ्यास गटाचा सदस्य

- बी. वाय. के. महाविद्यालयात प्राध्यापक व संशोधक विभागाचा समन्वयक

- संचालक व अध्यक्ष, लेखापरीक्षा समिती, युनायटेड वेस्टर्न बँक लि.

- अकोला अर्बन को-ऑप बँक लि. चे स्थानीय समिती अध्यक्ष

- सचिव, सीएचएम एज्युकेशन सोसायटी, नाशिक

- 'थिंक लाइन' या इंग्रजी त्रैमासिकाचे संस्थापक व कार्यकारी विश्वस्त

- 'विकल्पवेध' पाक्षिकाच्या संपादक मंडळाचे सदस्य

- नागपूर विद्यापीठातर्फे आयोजित केलेल्या 'डब्ल्यूटीओ आणि ॲग्रीकल्चर' या विषयावरील राष्ट्रीय स्तरावरच्या चर्चासत्राच्या समारोपाचे अध्यक्ष. डिसेंबर ०५ मध्ये झालेल्या विश्व व्यापार संघटनेच्या सहाव्या मंत्रिपरिषदेसाठी हाँगकाँग येथे उपस्थित.

- हिशोब पद्धती, गुंतवणूक, करनियोजन या विषयांवरील १३ पुस्तकांचे लेखक- सहलेखक, विश्व व्यापार संघटना, बौद्धिक संपदा अधिकार, जागतिकीकरण इ. १३ पुस्तिकांचे लेखक. संपदा, विवेक, महाराष्ट्र टाइम्स, लोकसत्ता, सकाळ, गावकरी वगैरे दैनिके व नियतकालिकांमधून अनेक लेख प्रकाशित. 'विश्व व्यापार संघटनेची मंत्रिपरिषद व जिनीव्हा ते कॅनकुन आणि पुढे' या पुस्तकास डॉ. बाबासाहेब आंबेडकर मराठवाडा विद्यापीठाचा सर्वोत्कृष्ट ग्रंथपुरस्कार. जागतिकीकरणावरील लेखास पां. वा.गाडगीळ लोकमत पुरस्कार.

- जागतिकीकरण, विश्व व्यापार संघटना, केंद्रीय अर्थसंकल्प वगैरे विषयांवर अनेक व्याख्याने, युजीसीचे वतीने होणाऱ्या अध्यापकवर्गासाठी प्रबुद्ध आचार्य म्हणून कार्यरत.

प्रस्तावना

कोणतीही आर्थिक समस्या म्हणजे संकटच, हे जरी खरे असले तरी सामान्य लोकांच्या दृष्टीने महागाईची समस्या म्हणजे महासंकटच असते. त्यातूनही जीवनावश्यक वस्तूंची व विशेषत: अन्नधान्याची सतत होत असलेली भाववाढ ही अतिशय संवेदनशील अशीच असते. कारण ती सामान्यांच्या जिवावर उठणारी असते. शासनाने ती लवकर अटोक्यात आणली नाही तर ती त्यांच्याही सत्तेवर उठणारी ठरते आणि याला रोमन साम्राज्याचा राजा डायोक्लिशियन याचा इतिहासात दाखला आहे. He discovered centuries ago that high food prices can be hazardous even to the unshakeable imperies throne. He experimented with price controls and he failed, as the rudimentary laws of economics were ignored.

भारतातही गेल्या काही महिन्यांपासून अन्नधान्य आणि अन्य वस्तूंची वाढत चाललेली महागाई जाचक आहे आणि तिने लोकांच्या तोंडचे पाणी पळविले आहे. गेल्या ८-१० महिन्यांपासून जगभरच महागाईचा पारा वरवर चढत चालला आहे आणि भारतीय अर्थव्यवस्था त्याला अपवाद नाही. गहू, तांदूळ, ज्वारी, बाजरी, मका, खाद्यतेल शिवाय खनिजतेल, स्टील, सिमेंट इत्यादी वस्तूंच्या किमती गगनाकडे झेपावत आहेत. वाढत्या लोकसंख्येमुळे नैसर्गिकरित्या वाढणारी मागणी आणि आर्थिक विकासामुळे निर्माण होणारी मागणी एकीकडे तर दुसरीकडे उत्पादन वाढीची त्यामानाने कमी असलेली गती यामुळे मागणी पुरवठ्यातील असंतुलन होऊन किमतीवर दबाव येत आहे. आजच्या साडेसात टक्क्याची भाववाढ केव्हा या सिंगल डिजीटची लक्ष्मण रेषा ओलांडून डबल डिजीटचा भडका उडेल याचा नेम नाही. खुद् सरकारही या भीतीने धास्तावलेले आहे.

अशा परिस्थितीत अर्थतज्ज्ञांनी या जटील समस्येचे मुळापासून व सर्व बाजूंनी विश्लेषण करून सरकारच्या उपाय योजनेतील कच्चे दुवे दाखवून द्यावेत आणि भारतीय अर्थव्यवस्थेला महागाईच्या गर्तेतून बाहेर काढण्यासाठी सर्वकष उपाययोजना सुचवायला हवी असा विचार मनात येत असतांनाच नेमके त्याचवेळी प्राध्यापक डॉ. विनायक गोविलकरांचे हे पुस्तक वाचायला मिळाले. ते मोठे कुतूहलाने आणि मोठ्या अपेक्षेने वाचले. मला सांगायला मोठे समाधान वाटते की, अर्थतज्ज्ञांकडून वर सांगितलेली आमची अपेक्षा या पुस्तकाने बहुतांशी पूर्ण केली आहे.

भारत सरकारने सध्याची भाववाढ जागतिक भाववाढीचाच एक भाग आहे, ती महागड्या आयात मालामुळे निर्माण झाली आहे असे सांगून ती लवकरच खाली येईल, चिंतेचे कारण नाही असा दिलासा देण्याचा प्रयत्न केला आहे. या म्हणण्यात एकाअर्थाने तथ्य असले तरी ते तथ्य यथातथाच आहे. डॉ. गोविलकरांनी आपल्या पुस्तकाची सुरुवातच मुळी जागतिक भाववाढीचा विश्लेषणात्मक कॅनव्हॉस वाचकांसमोर उभा करून केली हे चांगेल केले. या प्रकरणात त्यांनी या ग्लोबल महागाईचे स्वरूप आणि कारण मीमांसा मांडली आहे.

भारतातील भाववाढीची मीमांसा करण्यापूर्वी त्यांनी वाचकांना इन्फ्लेशनची संकल्पना नि:संदिग्धपणे सोप्या शब्दात समजावून सांगितली असून त्याला जबाबदार असणारी विविध कारणे स्पष्ट केली आहेत. Too much money chasing too few goods या इन्फ्लेशनच्या पॉप्युलर व्याख्येतील आशय डॉ. गोविलकरांच्या मांडणीतून चांगला आकलन होतो. ही महागाई कशी मोजली जाते याचे अनेकांना कुतूहल असते. ते त्यांनी कुणालाही समजावे अशा पद्धतीने सांगितले आहे. हा मूलभूत भाग स्पष्ट केल्यावर त्यांनी भारतातील सध्याच्या महागाईला हात घातला आहे आणि तिची अतिशय समर्पकरीतीने आणि सर्व बाजूने कारणमीमांसा केली आहे.

भाववाढीच्या समस्येवर दोन बाजूंनी लढा द्यायचा असतो. एक रिझर्व बँकेने चलन धोरण आखून चलन व पतचलन यांच्या नियंत्रणाद्वारे आणि दुसरे म्हणजे अर्थ मंत्रालयाने फिस्कल पॉलिसीच्या माध्यमातून आयात शुल्क कपात, निर्यातबंदी इत्यादी उपायांचा अवलंब करून. डॉ. गोविलकरांनी या दोनही बाजूंच्या उपायांचा उचित असा आढावा मांडून वाचकांचे चांगले प्रबोधन केले आहे.

त्यांच्या पुस्तकातले शेवटचे प्रकरण 'याकडेही लक्ष हवे' तर धोरणकर्त्यांना निश्चितच उपयोगी ठरेल कारण शासनाने महागाईच्या उळधलेल्या वारूला काबूत आणण्यासाठी कुठे कुठे व कशी वेसण घातली पाहिजे याचे सम्यक दिशादर्शन त्यांनी केले आहे. शासनाने योजलेल्या विविध उपायांच्या मर्यादा दाखवायलाही ते विसरले नाहीत.

या पुस्तकातून एक महत्त्वाचे वास्तव लक्षात येते ते असे की, चलनवाढ-भाववाढ ही एक अतिशय गुंतागुंतीची (Complex) समस्या बनली आहे. तिला पूर्वीसारखे खूप पैसा आणि वस्तूंचा कमी पुरवठा असे दोनच पदर आता राहिलेले नाहीत. केवळ पैसा जास्त खुळखुळू लागल्यामुळे वस्तूंच्या किमती वाढतात ही पारंपारिक मीमांसा बाळबोध ठरली असून आजच्या महागाईने तिच्या मर्यादा उघड केल्या आहेत. आजची महागाईची समस्या ही बहुपदरी व बहुपेडी झाली आहे आणि याचे कारण आजच्या अर्थव्यवस्था

इतक्या विशाल, विस्तारीत आणि गुंतागुंतीच्या व्यवहारांच्या झालेल्या आहेत यात दडले आहे.

या पुस्तकाचे आणखी प्रबोधनात्मक वैशिष्ट्य जे मला भावले ते म्हणजे चलन वाढ, भाववाढ, निर्देशांक यांच्या आकडेवारीची अर्थपूर्ण टेबल्स. या आकडेवारीवरून एक गोष्ट स्पष्ट होते की, लेखक कोणतीही विधाने अंदाजपंचे आणि हवेत करत नसून ती या आकडेवारीवर आधारीत व वास्तव आहेत.

या पुस्तकातून डॉ. गोविलकरांनी इन्फ्लेशनच्या कारणांची केलेली मीमांसा आणि उपायांचा केलेला उहापोह इतका व्यापक, सर्वकष आणि मूलगामी आहे की, आजची महागाईची समस्या संपुष्टात आली तरी या पुस्तकाचे संदर्भमूल्य कायम राहील.

या पुस्तकातील विषयाची व्यापकता, विषय हाताळणीतील सक्षमता आणि मांडणीची सरलता विशेष भावणारी आहे. महागाई हा विषय कोठेही जरासुद्धा भावनिक पातळीवर न नेता वास्तवाची गंभीरता विश्लेषणाच्या प्रभावी पद्धतीने; पण अर्थशास्त्रीय क्लिष्टता येवू न देता वाचकांसमोर ठेवली आहे.

हे पुस्तक वाचून माझ्या मनात एक सूचनावजा विचार आला की या पुस्तकाचे इंग्रजी भाषांतर व्हावे आणि ते दिल्लीश्वरांना आणि अमराठी राज्यातील शासनकर्त्यांना पाठवावे. त्यांना त्यातून पुष्कळ लाभ होऊ शकेल.

पद्मश्री डॉ. शां. ब. मुजुमदार

कुलपती, सिम्बिऑसीस आंतरराष्ट्रीय विद्यापीठ,

पुणे.

अनुक्रमणिका

प्रकरण १

जागतिक भाववाढ

जगातील बहुतेक सर्व देशांना भाववाढीच्या समस्येने ग्रासले आहे. प्रत्येक देशाचे शासन आपल्या देशातील महागाईला जागतिक भाववाढ कारणीभूत असल्याचे सांगत आहे म्हणून जागतिक स्तरावरील महागाईचा थोडा अंदाज सुरुवातीला घ्यायला हवा.

जगातल्या काही प्रगत देशांची एक संघटना- Organization for Economic Co-operation and Development (OECD) - आहे. तिच्या सभासद देशांच्या अर्थव्यवस्थेत २००७-०८ च्या दुसऱ्या सहामाहीत महागाईने उचल खाल्ली. फेब्रु २००७ मध्ये तेथे महागाईचा दर २.२% होता. तो फेब्रु २००८ मध्ये ३.४% म्हणजे दीडपट झाला. यात प्रामुख्याने १३.९% वाढ ऊर्जा (खनिज तेल इत्यादी) व ४.९% वाढ खाद्यान्नांच्या किंमती वाढल्याने झाली. अमेरिकेतील महागाईचा दर ऑगस्ट २००७ मध्ये २.००% होता. तो मार्च २००८ मध्ये दुप्पट होऊन ४% पर्यंत पोचला. अमेरिकेच्या फेडरल ओपन मार्केट कमिटीने म्हटले आहे की- ''महागाईची पातळी खूपच वर राहिल्याने भाववाढींबाबत काही अंदाज करणे अनिश्चिततेचे झाले आहे. आणि भाववाढीचे काही निर्देशांक वरचाच कल दाखवीत आहेत.'' इंग्लंडमध्ये किंमतवाढीचा दर ऑगस्ट २००७ मध्ये १.८% होता. तो वाढून मार्च २००८ मध्ये २.५% झाला. युरोपियन देशांत ऑगस्ट २००७ मधील दर १.७% होता. तो मार्च २००८ मध्ये दुपटीहून जास्त म्हणजे ३.६% इतका झाला. चीनमध्ये विकासदराबरोबर महागाईचा दरही वाढत आहे. तेथे मार्च २००७ मध्ये ३.३% असणारा महागाईचा दर मार्च २००८ मध्ये ८.३% पर्यंत वाढला. रशियातील याच काळातील दर अनुक्रमे ७.४% आणि १३.३% होते. तर कोरियात २% आणि ५.३%, ब्राझीलमध्ये ३% आणि ४.७%, इंडोनेशियात ६.५% आणि ८.२% होते. थोडक्यात जगातील जवळपास सर्वच देशांत महागाईची झळ गेल्या ८/१० महिन्यात भरपूर प्रमाणात बसत आहे.

ही जागतिक भाववाढ होण्याचे कारण शोधाताना कोणत्या वस्तूत किती भाववाढ झाली याचा तपशील बघायला हवा. रिझर्व्ह बँकेच्या मे

२००८ च्या बुलेटिनमध्ये जागतिक बॅंकेने जाहीर केलेल्या माहितीच्या आधारावर वस्तुनिहाय किंमतवाढीचा तक्ता दिला आहे. तो पुढीलप्रमाणे

तक्ता १

International Commodity Prices											
Commodity	Unit								Index	Variation (Per cent)	
							2008			Mar. 08	Mar. 08
			2004	2005	2006	2007	Jan.	Feb.	Mar.	Dec.07	Mar.07
1	2	3	4	5	6	7	8	9	10	11	12
Energy											
Coal	S/mt	53.0	100	90	93	124	173	249	233	35.4	122.6
Crude oil (Average)	S/bbl	37.7	100	142	170	188	240	248	270	13.8	68.1
Non-Energy Commodities											
Palm oil	S/mt	471.3	100	90	101	165	225	246	265	31.4	100.6
Soybeans oil	S/mt	616.0	100	88	97	143	207	227	238	26.0	104.3
Soybeans	S/mt	306.5	100	90	88	125	177	187	188	11.8	78.9
Rice	S/mt	237.7	100	120	128	137	158	196	236	55.8	76.3
Wheat	S/mt	156.9	100	97	122	163	236	271	280	19.3	120.8
Maize	S/mt	111.8	100	88	109	146	185	197	209	29.4	36.8
Sugar C/kg	15.8	100	138	206	141	167	188	184	23.7	26.4	
Cotton A Index	C/kg	136.6	100	89	93	102	118	121	132	17.5	39.9
Aluminium	S/mt	1716.0	100	111	150	154	143	162	175	26.2	8.8
Copper	S/mt	2866.0	100	128	235	248	246	275	294	28.1	30.8
Gold S/toz	409.2	100	109	148	170	217	225	237	20.6	47.9	
Silver	C/toz	66.9	100	110	173	200	240	264	287	34.3	46.0
Steel Products Index	1990.100	121.5	100	113	111	111	123	140	148	28.0	35.3
Steel cold-rolled Coilsheet	S/mt	607.1	100	121	114	107	113	132	132	23.1	23.1
Steel hot-rolled Coilsheet	S/mt	502.5	100	126	119	109	119	149	149	36.4	36.4
Tin	C/kg	851.3	100	87	103	171	192	202	233	21.8	42.5
Zinc	C/kg	104.8	100	132	313	309	223	233	240	6.7	-23.2

S: US dollar. c: US cent. bbl: barrel. mt: metric tonne. kg: Kilogram. toz: troy oz.

वरील तक्त्यावरून स्पष्टपणे दिसते की - मार्च २००७ ते मार्च २००८ या वर्षात सर्वात जास्त म्हणजे १२२.६% भाववाढ कोळशामध्ये, १२०.८% किंमतवाढ गव्हात, सोयाबिन तेलात १०४.३%, पाम तेलात १००.६%, तांदुळात ७६.३%, तर खनिजतेलात ६८.१% वाढ झाली.

सारांश, गेले काही महिने जगभर महागाई प्रचंड गतीने वाढतेय आणि त्यामध्ये प्रामुख्याने खाद्यान्न, खाद्यतेल, कोळसा आणि खनिजतेल यांचा वाटा मोठा आहे.

म्हणूनच की काय भारत सरकार म्हणतंय, '' we are importing infla-tion." जगात महागाई वाढतेय आणि आपण जागातून खाद्यान्न व खनिजतेल आयात करतो. त्यामुळे या आयातीतून जगातील महागाई आपल्या देशात येत आहे. खनिज तेल आणि खाद्यान्नाच्या किंमती या दोन्ही कारणांचा तपशील बघायला हवा.

सुमारे दहा वर्षांपूर्वी तेलाचा प्रतिबॅरल दर दहा डॉलर होता. तो वाढत जाऊन आता जवळपास १२४ डॉलर्सपर्यंत पोचला आहे. मागणी व पुरवठ्यातील तफावत हे त्यामागचे गुपित आहे. कच्च्या तेलाची जागतिक बाजारपेठ खरोखरच कसरतीची आहे. मागणाची बाजू भक्कम आणि सतत वाढती! तेलाचा वापर वाहतुकीसाठी इंधन म्हणून तसेच औद्योगिक वापरासाठी (furnace oil) होतो. वाहतुकीच्या गरजा, इंधनाच्या गरजा तसेच उद्योगातील गरजा वाढणे स्वाभाविक आहे. १९७४ पर्यंत अमेरिका तेल उत्पादनात अग्रेसर देश होता. आज अमेरिका तिच्या गरजेपैकी ६०% तेल आयात करतो. जगात रोज वापरल्या जाणाऱ्या तेलाच्या २५% म्हणजे सुमारे २ कोटी ५० लाख बॅरल्सचा वापर एकटी अमेरिका करते. १९७४ पर्यंत चीनही तेलाची निर्यात करत होता. आज हाच देश जपान, कोरिया यांना मागे टाकून तेलाच्या वापरात आणि आयातीत अमेरिकेनंतर दुसऱ्या क्रमांकावर पोचला आहे. काही प्रगत देशांच्या आर्थिक विकासाचा वेग मंदावला असल्यामुळे कच्च्या तेलाच्या मागणीत भर पडली नसली तरी त्याची भरपाई उभरत्या आशियाई देशांनी केली आहे. भारत आणि चीन यांच्याकडून तेलाची मागणी वाढत आहे. अमेरिकेच्या मागणीत कोठेही कमी आलेली नाही.

तेलाच्या पुरवठ्याबाबत तशी अलवचिकता दिसते. तेल उत्पादन व निर्यात करणाऱ्या संघटनेने (opec) तेल उत्पादनाबाबत सावधगिरीचे धोरण स्वीकारले आहे. नोव्हेंबर २००७ पासून प्रतिदिवशी ५ लाख बॅरल्सचे जास्त उत्पादन करण्याचा त्यांनी निर्णय घेतला असला तरी वाढती

मागणी पूर्ण करण्यासाठी तो पुरेसा नाही. जगातील तेलाच्या मागणीत १.१% ने वाढ झाली आणि २००६ मध्ये ८४.९ दशलक्ष बॅरल्स प्रतिदिन या मागणीवरून २००७ मध्ये ८५.८ दशलक्ष टन इथपर्यंत मागणी वाढली. पण तेलाचे उत्पादन गेल्यावर्षीपेक्षा केवळ ०.२% नेच वाढले. मागणीत १.१% आणि पुरवठ्यात केवळ ०.२% वाढ झाली तर तूटच राहणारच. पुरवठा कमी असल्याने किंमती चढ्या आहेत. जगातील खनिज तेलाची मागणी, पुरवठा आणि साठा याची सांख्यिकी रिझर्व्ह बँकेच्या मे २००८ च्या अंकात पुढीलप्रमाणे दिली आहे.

<h3 style="text-align:center">तक्ता २</h3>

World Supply-Demand Balance of Oil
(Million barrels per day)

Item	2003	2004	2005	2006	2007	2008 (p)	Q1	2008(P) Q2	Q3	Q4
1	2	3	4	5	6	7	8	9	10	11
Demand										
1. OECD	48.7	49.5	49.6	49.3	49.0	49.1	49.6	48.1	48.8	49.8
2. Non-OECD	31.2	33.0	34.4	35.4	36.4	37.5	36.8	37.6	37.7	38.0
of which:China	5.6	6.5	6.9	7.3	7.6	8.0	7.7	7.9	8.0	8.3
3. Total (1+2)	79.9	82.5	84.0	84.7	85.4	86.6	86.4	85.7	86.4	87.8
Supply										
4. Non-OPEC	48.9	50.1	50.3	49.3	49.2	49.8	49.2	49.5	50.1	50.6
5. OPEC	30.7	32.9	34.2	35.3	35.4	36.9	36.9	37.3	37.1	36.1
6. Total (4+5)	79.6	83.1	84.5	84.6	84.7	86.7	86.1	86.8	87.1	86.7
Stock Changes	0.3	-0.6	-0.5	.1	0.7	-0.1	0.4	-1.1	-0.7	1.1
P : Projections.										

Source : US Energy Information Administration, April 2008.

वाढणाऱ्या मागणीची गती सांभाळण्याइतका पुरवठा वाढू शकत नसल्याने २००८ मध्ये साठा नकारात्मक राहील असे दिसते. परिणाम स्पष्ट आहे. खनिज तेलाच्या किंमती वाढतच राहणार. रिझर्व्ह बँकेने मे २००८ च्या बुलेटिनमध्ये आंतरराष्ट्रीय नाणेनिधी व जागतिक बँकेच्या माहितीच्या आधारावर २००१-०२ पासून मार्च २००८ पर्यंत खनिज तेलांच्या किंमतीचा एक तक्ताच दिला आहे. तो पुढीलप्रमाणे

तक्ता ३

International Crude Oil Prices

(US dollars per barrel)

Year/Month	Dubai Crude	UK Brent	US WTI	Average Crude price	Indian Besskeâet price
1	2	3	4	5	6
2001-02	21.8	23.2	24.1	23.0	22.4
2002-03	25.9	27.6	29.2	27.6	26.6
2003-04	26.9	29.0	31.4	29.1	27.8
2004-05	36.4	42.2	45.0	41.3	38.9
2005-06	53.4	58.0	59.9	57.1	55.4
2006-07	60.9	64.4	64.7	63.3	62.4
2007-08	77.3	82.4	82.3	80.7	79.2
March 2004	30.5	33.8	36.7	33.7	31.9
March 2005	45.6	53.1	54.2	50.9	48.8
March 2006	57.7	62.3	62.9	60.9	59.6
March 2007	59.1	62.1	60.6	60.6	60.3
April 2007	63.8	67.4	63.9	65.1	65.2
May 2007	64.5	67.5	63.5	65.2	65.7
June 2007	65.8	71.3	67.5	68.2	67.9
July 2007	69.5	77.2	74.1	73.6	72.4
August 2007	67.2	70.8	72.4	70.1	68.6
September 2007	73.3	77.1	79.9	76.8	74.7
October 2007	77.1	83.0	85.9	82.2	79.4
November 2007	86.7	92.5	94.8	91.3	88.9
December 2007	85.8	91.5	91.4	89.5	88.0
January 2008	87.2	91.9	93.0	90.7	89.0
February 2008	90.0	94.8	95.4	93.4	91.8
March 2008	96.8	103.3	105.5	101.8	99.3

Source : International Monetary Fund and the World Bank.

वरील तक्त्यावरून सहज लक्षात येईल की खनिज तेलाचा सरासरी भाव २००१-०२ मध्ये २३ डॉलर्स प्रतिबॅरलवरून मार्च २००८ मध्ये १०१.८ डॉलर्सपर्यंत चढला. सध्या तर तो १२४ डॉलर्सच्या उच्चांकी पातळीवर आहे.

तेलाच्या वाढत्या किंमतीप्रमाणेच जगातील बाजारपेठेत अन्नधान्यांच्या भावातही प्रचंड वाढ होत आहे. त्यातही गहू, तांदूळ, मका, डाळी, तेलबिया, खाद्यतेल यांच्या किंमती गगनाला भिडू पाहत आहेत. मांस, दूध, फळे आणि भाज्या ह्यांनाही भाववाढीने गवसणी घातली आहे. आंतरराष्ट्रीय नाणेनिधी खाद्यान्न किंमतीचा निर्देशांक जाहीर करतो. त्यासाठी २००५ च्या किंमती आधारभूत धरून २००५ चा निर्देशांक १०० होता. मार्च २००८ मध्ये हा निर्देशांक १७० वर पोचला. नोव्हे. २००७ मध्ये तो १४३ होता. ऑगस्ट २००५ पासून किंमतवाढीचीही घोडदौड सुरू झाली. २००६ च्या मध्यावर किंमतवाढीचा दर १०% पेक्षा जास्त झाला. सप्टेंबर २००७ मध्ये तो २०% आणि मार्च २००८ मध्ये ४३% झाला. डिसें. २००७ या केवळ दोन वर्षांत गव्हाच्या किंमती १६७ डॉलर्स प्रति टनावरून ३८१ डॉलर्स प्रतिटनापर्यंत चढल्या. तर मक्याच्या किंमतीतील वाढ १०३ डॉलर्स प्रतिटन अशी होती. एकूण खाद्यान्नांपैकी गहू, तांदूळ आणि मका यांच्या किंमतीत लक्षणीय वाढ झाली. २००७ त्या तुलनेत २००८ च्या पहिल्या तिमाहीत या तीन धान्यांच्या भावात १०७%, ७१%, आणि २९% अनुक्रमे येवढी वृद्धी नोंदली गेली. जागतिक बँकेने अलिकडेच म्हटले आहे की गेल्या आठ महिन्यात जागतिक बाजारपेठेत अन्नधान्यांच्या किंमतीत सरासरी ७३% ने वाढ झाली आहे. चढत्या किंमतीमुळे जगभरात दंगे भडकले आहेत. धान्यटंचाईने संकट कोसळले आहे. मेक्सिकोमध्ये त्याचा उद्रेक झालेला दिसला. 'टॉर्टिला रायट' म्हणजेच भाकरीसाठी दंगे होत आहेत. किंमतवाढीविरुद्ध तिथे काढलेल्या मोर्चात सुमारे पाऊण लाख लोक उत्स्फूर्तपणे सहभागी झाले आणि शासनाला धसका घ्यावा लागला. अन्न आणि शेती संघटना (food And Agriculture organisation Fao) च्या अभ्यासानुसार सुमारे ३७ विकसनशील देशांत 'अन्नसंकट' उभे आहे आणि बाह्य मदतीशिवाय ते निवारण करणे अशक्य आहे.

जगातील अन्नधान्याच्या मागणी व पुरवठ्यात असंतुलन आहे. गहू, तांदूळ आणि मका या पिकांत ते जास्त आहे. गेल्या दशकात हे असंतुलन लक्षणीय झाल्याने अन्नधान्याचा जागतिक साठा कमी होत आहे. तृणधान्याचे जागतिक उत्पादन १९९६ सालापासून २१० कोटी टनांवर स्थिर आहे. पण

जगातील लोकसंख्या मात्र प्रतिवर्षी सुमारे ७ कोटी ८० लाखांनी वाढत आहे. त्यामुळे (FAO आकडेवारीनुसार) १९९५-९७ मध्ये दरडोई धान्याची उपलब्धता ३६२ किलोग्रॅम प्रतिवर्षी होती. ती २००५-०७ मध्ये घटून केवळ ३३६ किलोग्रॅम प्रतिवर्षी इतकीच राहिली.

खाद्यान्नांचा जगभरातील पुरवठा कमी होण्याची काही कारणेही सांगितली जातात. विकसित देशांत सर्वत्र आणि विकसनशील देशांत काही ठिकाणी शेतीमध्ये यांत्रिक अवजारांचा वापर सुरू झाला आहे. त्यासाठी इंधनाची गरज वाढत आहे. ट्रॅक्टर्स, विहिरीवरील मोटारी, मळणीयंत्र वगैरेसाठी डिझेल लागते व डिझेलच्या जागतिक किंमती खूपच वाढल्याने शेतीच्या खर्चात वाढ झाली. खते उत्पादनासाठी ऊर्जा मोठ्या प्रमाणात लागते. जगभरात ऊर्जेची किंमत वाढल्याने खतांच्या किंमती वाढल्या. २००७ साली युरियाच्या किंमतीतील वाढ सुमारे ५% होती. डिझेलच्या वाढत्या किंमतीमुळे शेतमालाच्या वाहतुकीच्या खर्चात वाढ झाली. २००७ साली ऑस्ट्रेलियातील दुष्काळ आणि पूर्व युरोपातील अनिष्ट हवामान यामुळेही गव्हाच्या उत्पादनात घट झाली.

खाद्यान्नांची मागणी मात्र जगभरात वाढत आहे. वाढती लोकसंख्या, लोकसंख्याबहुल आशियाई देशातील उंचावणारे उत्पन्न, धान्याचा जैविक इंधन तयार करण्यासाठी होणारा वापर, अशा कारणांनी मागणी वर जात आहे. भारत आणि चीन हे लोकसंख्याबहुल देश आहेत. दोघांची मिळून लोकसंख्या सुमारे २३५ कोटी आहे. म्हणजेच ती जगाच्या एकूण लोकसंख्येच्या सुमारे ३७% आहे. या दोन्ही देशांतील विकासाचा दर दोन अंकांच्या जवळपास आहे आणि गेली काही वर्षे त्यात सातत्य आहे. त्यामुळे त्या देशातील दरडोई उत्पन्नातील प्रतिवर्षी १०० डॉलर्सची वाढसुद्धा २३५ अब्ज डॉलर्स (२३५ कोटी लोकसंख्या गुणिले १०० डॉलर्स दरडोई) इतकी वाढीव मागणी बाजारात नोंदवू शकेल. आणि त्यामुळे अन्नधान्य व तेलाशिवाय तांबे, निकेल, लोखंड, पोलाद याही वस्तूंची जगभरातील मागणी वाढणे स्वाभाविक आहे.

जगातील सरासरी आर्थिक वृद्धीचा दर गेल्या काही वर्षांत ४.५% इतका राहिला. अगदी आफ्रिकेतही २००६ साली तो ५.५% होता. या वृद्धीदराचा फायदा साऱ्यांनाच मिळाला. वाढलेल्या किंमतीमुळे प्राथमिक वस्तूंची (विशेषत: खनिजे) निर्यात करणाऱ्या देशांचे उत्पन्न वाढले. त्यामुळे त्यांची मागणी वाढली आणि त्याने भाववाढीच्या आगीत तेलच टाकले.

इथेनॉलसारखे बायोफ्युएल आणि बायोडिझेल तयार करण्यासाठी धान्य व इतर शेतीमालाचा सुरू झालेला वापर ह्यानेही अन्नधान्याची मागणी वाढली किंवा असं म्हणता येईल की प्रगत देशांनी त्यासाठी आपला मका वापरण्यास सुरुवात केल्याने जागतिक बाजारपेठेत मक्याचा पुरवठा कमी झाला. पारंपरिक इंधनाच्या आकाशाला भिडणाऱ्या किमती, तेलपुरवठ्यातील अनिश्चितता यामुळे पर्यायी इंधनाचा शोध घेणे भागच होते व आहे. इथेनॉलसारखे उत्पादन त्याला सक्षम पर्याय होऊ शकतो. अमेरिका व युरोपीय राष्ट्रे यांना ते शक्यही आहे. जैव इंधनासाठी आवश्यक अशा शेतीमालाच्या उत्पादकांना अर्थसाहाय्य (subsidy) देऊन हे देश त्याचे उत्पादन वाढवू शकतात. जागतिक व्यापार संघटनेच्या अर्थसाहाय्य कपातीची कलमे त्यासाठी लागू नसल्याने अन्य सभासद देशांचा रोषही त्यामुळे ओढवणार नाही. अमेरिकेत सध्या मक्याच्या एकूण उत्पादनापैकी २०% मका जैव इंधन तयार करण्यासाठी वापरला जातो. हे प्रमाण २०१० पर्यंत ३०% वर जाईल अशी अपेक्षा आहे. तेलाच्या किमती अशाच चढ्या राहिल्या आणि इथेनॉलसारखी उत्पादने उत्पादन प्रक्रिया, खर्च व इतर बाबतीत रूळली तर अन्य देशही त्यामागे लागतील, त्याने धान्यटंचाई आणखी गंभीर रूप घेऊ शकते.

एकीकडे वाढती मागणी आणि दुसरीकडे पुरवठ्यात घट यामुळे अन्नधान्याच्या किमती वाढत आहेत. परंतु १९९८ ते २००३ या काळात अनेक देशांचा खाद्यान्न व्यापाराचा तोल नकारात्मक (उणे) होता. शेतीमालाचा खर्च (cost of production) वाढत होता. पण जागतिक बाजारातील किमती मात्र जवळपास स्थिर होत्या. नफ्याचे प्रमाण कमी होत होते. त्यामुळे शेतीमध्ये खासगी गुंतवणूकदारांना प्रोत्साहन मिळण्यासारखी परिस्थिती नव्हती. शिवाय जागतिकीकरणाची प्रक्रिया सुरू होऊन ८/१० वर्षे उलटली असल्यामुळे औद्योगिक उत्पादनांवर भर दिला गेला. त्यातून निर्यात वाढीस मदत झाली आणि विदेशी चलनाची आवक वाढली. नवीन आर्थिक धोरणात बहुतेक देशांनी आपल्या अन्नधान्य सुरक्षेसाठी स्वावलंबनाचा मार्ग अवलंबविण्याऐवजी विदेशी चलनाच्या उपलब्धतेमुळे आयातीवर विसंबून राहणे पसंत केले. परिणामतः धान्य उत्पादनात लक्षणीय घट झाली. १९९६ पासून जागतिक स्तरावर खाद्यान्न उत्पादनवाढीचा वेग मंदावला. १९९७-९९ मध्ये कडधान्याचे उत्पादन दरवर्षाला दरडोई ३५७ किलोग्रॅम

होते. ते २००५-०७ मध्ये केवळ ३१७ कि. ग्रॅ. झाले

वर नमूद केलेल्या कारणांनी जगामध्ये खाद्यात्रांचा तुटवडा जाणवू लागला. साठा कमी झाला, उत्पादन खर्च वाढला आणि सतत मागणी वाढतच राहिली. परिणामत: किंमतीमध्ये गेली सुमारे दोन वर्षे सतत व तीव्र वाढ होत राहिली. जागतिक स्तरावर यावर कोणाताही उपाय गंभीरपणे योजला गेला नाही. अशा स्थितीत सट्टेबाजांनी परिस्थितीचा फायदा घेतला नसता तरच नवल ! जगातल्या मोठ्या शेतमालाच्या कंपन्यांनी संधी साधली. तसे नसते तर दोन वर्षांत किंमती दुप्पट झाल्या नसत्या. खाद्यात्राच्या या किंमतवाढीत सट्टेबाजांचाही हातभार महत्त्वाचा ठरला.

जागतिक स्तवरावरील खाद्यात्राच्या मागणी व पुरवठ्याचे असंतुलन असे झाले, त्याचा परिणाम जागतिक स्तरावर किंमतवाढीत झाला तसाच अन्नधान्य उत्पादन व साठा घटल्याने अन्नधान्य सुरक्षेचा (food Seecurity) प्रश्नही त्याने निर्माण केला. या अन्नसुरक्षेच्या प्रश्नाबाबत चिंता व्यक्त करून संयुक्त राष्ट्र संघाचे महासचिव श्री. बान की मून म्हणतात, "The World faced widespread hunger, malnutrition, and social unrest on an unprecedented scale," जगात सर्वदूर भूकमारी, कुपोषण आणि सामाजिक अस्वस्थता अभूतपूर्व प्रमाणात पसरलेली आहे.''

आंतरराष्ट्रीय नाणेनिधीचे व्यवस्थापकीय संचालक Dominique Strausskahn म्हणतात,"Agricultural Polities must change. Higher food prices over the past few years in part reflect well-intentioned, yet misguided policies in advanccd economics which attempt to stimulate bio fuels made from foodstuffs through subsidies and protectionist measures. High food prices also reflect imprudent agricultural pricing policies in some developing countries, and these too need to be improved."

जागतिक भाववाढीची प्रमुख दोन कारणे आपण पाहिली, खनिज व तेल आणि अन्नधान्य, खाद्यतेलं यांच्या किंमती जगभरात वाढत आहेत. त्यांचा तपशील वर दिला आहे. पण केवळ या दोनच कारणांनी जगात भाववाढ होतेय का? की त्यासाठी काही जागतिक स्तरावरील वित्तीय संरचनात्मक बाबीही विचारात घ्यायला हव्यात? काही अर्थतज्ज्ञांच्या मते भाववाढीची आणखी वेगळी कारणे आहेत. ते त्या कारणांची मांडणी पुढीलप्रमाणे करतात.

१) जगातील वाढत्या रोखतेचे कारण जागतिक असंतुलन आहे.

(Global imbalance as a cause of global liquidity)

जागतिकीकरणाचा स्वीकार केल्यानंतर जगभरात अशी अटकळ होती की, विकसित देशांकडून विकसनशील व अविकसित देशांकडे भांडवलाचा, व्यापाराचा, तंत्रज्ञानाचा ओघ सुरू होईल. सुरुवातीच्या काळात झालेही तसेच. परंतु लवकरच त्यात बदल झाला. गेल्या सुमारे ८/१० वर्षांमध्ये याच्या बरोबर उलटी स्थिती विशेषत: अमेरिका या देशाची झाली. विकसनशील देश (प्रामुख्याने आशियाई देश) मोठ्या प्रमाणावर उत्पादन करू लागले. निर्यातअभिमुख विकासाचे प्रारूप (development Model) अंगीकारल्यामुळे त्यांनी निर्यातवाढीवर भर दिला. अशा देशात बचतीचे प्रमाण अधिक होतेच ते वाढले किंवा किमानपक्षी कमी झाले नाही. परंतु या विकसनशील देशांना आपली उत्पादने देशांतर्गत उपभोगासाठी वापरण्याचा आणि आपली बचत देशातच गुंतविण्याचा विश्वास नव्हता, नाही. दुसरीकडे विकसित देश त्यातही प्रामुख्याने अमेरिका खूप मोठ्या प्रमाणावर उपभोग (consumption) करू लागले. त्यांचे स्थानिक उत्पादन घटले किंवा किमानपक्षी तेवढेच राहिले. वाढीव मागणी पुरविण्यासाठी अशा देशांनी आयात वाढविली. थोडक्यात विकसनशील देश उत्पादन करतात, निर्यात करतात आणि बचत करतात. तर विकसित देश (अमेरिका) विकसनशील देशांनी केलेली उत्पादने व बचत यांचा उपभोग घेतात. याचा परिणाम म्हणून विकसित देशांचे परकीय चलनाचे साठे (गंगाजळी) वाढू लागले आणि दुसरीकडे विकसित देशांचे कर्ज वाढू लागले. निर्यात केल्याने विदेशी चलन विकसनशील देशांकडे मोठ्या प्रमाणात आले आणि आयात केल्याने विकसित देशांकडून चलन गेले. आपल्याजवळील विदेशी चलनाचा साठा देशातच वापरण्याबाबत आत्मविश्वास विकसनशील देशांत नसल्याने त्यांनी तो विकसित देशांच्या प्रामुख्याने अमेरिकेच्या वित्तीय रोख्यात गुंतविला म्हणजेच अमेरिकेची कर्जे वाढली. भारताचे उदाहरण घ्यायचे तर ९०-९१ मध्ये परकीय चलनाचा साठा जेमतेम दोन आठवड्यांच्या आयातीला पुरेल इतका नगण्य होता. पण २००८ मध्ये ती गंगाजळी ३०० अब्ज डॉलर्सच्या जवळपास पोहोचली आहे. या परकीय चलन गंगाजळीचे भारत काय करतो? प्रामुख्याने त्याची गुंतवणूक अमेरिकेच्या मध्यवर्ती बँकेच्या (Federal Bonds) कर्ज रोख्यात गुंतवितो. म्हणजेच अमेरिकेची कर्जे वाढतात.

जागतिक असंतुलन असे होते. काही विसकनशील देशांच्या चालू खात्यावर अधिक्य दिसते. (surplus) आणि ते काही अन्य देशांच्या चालू

खात्यातील तुटीमध्ये (deficit) प्रतिबिंबित होते. उदाहरणार्थ- २००६ साली अमेरिकेची चालू खात्यावरील तूट त्या देशाच्या स्थूल देशांतर्गत उत्पादनाच्या (G D P) ७% होती. आणि ती ७०० अब्ज डॉलर्स इतकी होती. त्याच वर्षी जपान आणि इतर आशियाई देशांचे चालू खात्यावरील आधिक्य अमेरिकेच्या तुटीच्या जवळपास ६०% होते. उर्वरित ४०% तेल निर्यात दर देशांनी भरून काढले. परंतु खरा प्रश्न हा केवळ चालू खात्यावरील तूट आणि आधिक्याचे सातत्य व प्रचंड प्रमाण यांचा आहे. त्याने जागतिक अर्थव्यवस्थेला एका मोठ्या जोखमीकडे नेले आहे.

जागतिक स्तरावरील या असंतुलनाची मुळे आग्नेय आशियातील देशांच्या चलनसंकटात सापडतात. म्हणजेच साधारण १९८७-८८ या वर्षापासून या देशांनी आर्थिक संकटातून मार्ग काढण्यासाठी आपल्या चलनांचे अवमूल्यन केले. (Competitive Devaluation) अवमूल्यनामुळे त्या देशातून आयात करणे विकसित देशांना (प्रामुख्याने अमेरिकेला) स्वस्त वाटू लागले. दुसऱ्या भाषेत आशियाई विकसनशील देशांनी आपला माल सबसिडाइज्ड करून विकसित देशांना विकायला सुरुवात केली. 'निर्यातीवर आधारित विकास' हे प्रारूप वॉशिंग्टन समझोत्यानुसार (Washington Consensus) जगभरात मान्यता मिळवू लागले होतेच. त्यातच आग्नेय आशियाई देशांच्या चलनसंकटामुळे अवमूल्यनातून निर्यातवाढ सुरू झाली. परिणामत: या देशांतील उत्पादन वाढले. अनेक बेरोजगारांना रोजगार मिळाला आणि या नीतीचा म्हणूनच त्यांनी आनंदाने पाठपुरावा केला. विकसित देशांनाही या धोरणाचा फायदाच झाला. त्यांना स्वस्त दरात आयात शक्य झाली. डॉलर हे चलन सशक्त झाले आणि अन्य देशांच्या चलनांचे त्या देशांनी स्वत:हून अवमूल्यन करून घेतले. त्यामुळे अमेरिकेसारख्या देशात उत्पादन करण्याला फारसं महत्त्व दिले गेले नाही. उपभोगासाठी वस्तू व सेवांची उपलब्धता आहे ना, यावर भर दिला गेला. अमेरिकेत स्थानिक उत्पादन आणि स्थानिक मागणी यातील तफावत वाढत गेली आणि ती आयातीद्वारे भरून काढली गेली. अमेरिकेची चालू खात्यावरील तूट यामुळे वाढत गेली. बचत आणि गुंतवणुकीतील नकारात्मक बदल अमेरिकेच्या अर्थसंकल्पातील प्रचंड तुटीमध्ये (२००२ पासून) आणि १९९८ पासून नक्त वैयक्तिक बचतीमध्ये (Net Personal Savings) झालेल्या 'घट' मधून लक्षात येतो.

जागतिक अर्थव्यवस्थेच्या या धोरणाच्या मर्यादा आता जगाला जाणवू लागल्या आहेत. देशांच्या शासनाला, मध्यवर्ती बँकांना आणि अर्थतज्ज्ञांना

असे पटू लागले आहे की, जगातील इतर देश वस्तू व सेवांचा पुरवठा अमेरिकेला करीत आहेत आणि अमेरिका त्याबदल्यात इतर देशांना डॉलर्स देत आहे. अमेरिकेची २००६ ची चालू खात्यावरील ७०० अब्ज डॉलर्सची तूट म्हणजे अमेरिकेने इतर देशांना वस्तू व सेवांच्या मोबदल्यात दिलेले डॉलर्सच नाही का? इतक्या मोठ्या प्रमाणात प्रतिवर्षी अमेरिका डॉलर्स देऊ लागली तर डॉलर्सची जगातील आजची किंमत टिकेल का? वास्तविक आजही डॉलर्सची किंमत हा एक मानसिक विश्वासाचाच प्रकार आहे. अर्थशास्त्रीय भाषेत सांगायचे तर अमेरिकन डॉलर्सचा पुरवठा वाढला तर त्याचे मूल्य कमी होणारच...... आज नाही तर उद्या..... प्रश्न फक्त वेळेचा आहे.

परकीय चलनाचा साठा अमेरिकन डॉलर्सच्या स्वरूपात ठेवणाऱ्या बहुतेक सर्वच देशांना आता हे जाणवू लागले आहे की, त्यांच्या परकीय चलनसाठ्याचे मूल्य घसरू लागले आहे. भले औपचारिकदृष्ट्या त्यांच्या चलनाचा डॉलरशी विनिमय दर कितीही असो. (Officially Managed Exchange Rate) या परिस्थितीमुळे इतर देशांच्या मध्यवर्ती बँकानाच अमेरिकन डॉलर्सचे मूल्य सुरक्षित ठेवावे लागत आहे. आहे की नाही अमेरिका हा सुदैवी देश की ज्याच्या चलनाचे मूल्य सुरक्षित ठेवण्याची जबाबदारी/काळजी अन्य देशांची सरकारे व मध्यवर्ती बँका घेत आहेत.

तथापि, अन्य देश आता द्विधा मन:स्थितीत आहेत. डॉलर कोसळला तर त्यांच्याकडील परकीय चलनाच्या साठ्याचे मूल्य कमी होईल आणि तो कोसळू दिला नाही तर आज ना उद्या होणाऱ्या या अटळ घटनेने त्यांच्या विदेशी चलनसाठ्याचे मूल्य त्या वेळी जवळपास नगण्य होऊन जाईल. आज तरी याला उत्तर सापडले नसल्याने प्रत्येक देश आजचे मरण उद्यावर ढकलत आहे. थोडक्यात जागतिक स्तरावरील चालू खात्याच्या असंतुलनाने जगातील वित्तीय व्यवस्थेसमोर एक प्रचंड आव्हान उभे केले आहे. त्यावरील उपाय आज दृष्टिपथात नाही. मौद्रिक, राजकोशीय आणि विनिमयदराच्या एकत्रित धोरणांनी त्यावर इलाज शोधावा लागेल. तोपर्यंत जागतिक अर्थव्यवस्थेवर प्रत्येक क्षणी डॉलर्सचा शक्तिपात (Collapse), त्यानंतर अमेरिकेत महामंदी आणि अखेरीस जागतिक ऱ्हासाची शक्यता याची टांगती तलवार आहे.

या पार्श्वभूमीवर आंतरराष्ट्रीय नाणेनिधीने जागतिक असंतुलनावर उपाय म्हणून पुढाकार घेऊन Medium Term Strategy घोषित केली

आहे. त्यांच्या म्हणण्यानुसार चालू खात्यावरील असुंतलन दूर करण्याची जबाबदारी चालू खात्यावर आधिक्य असणाऱ्या तसेच तूट असणाऱ्या अशा सर्वच देशांची आहे. या धोरणातील प्रमुख बाबी पुढीलप्रमाणे–

☐ अमेरिकेत राष्ट्रीय बचतीत वृद्धी करणे

☐ अन्य देशांत देशांतर्गत मागणीत वाढ करणे आणि संरचनात्मक सुधारणा करून विकासाची क्षमता टिकविणे व वाढविणे

☐ जपानमध्ये राजस्व दृढीकरण करणे.(Fiscal consolidation)

☐ सुधारित निरीक्षण कार्यक्रमाद्वारे आशियाई उभरत्या अर्थव्यवस्थांना विनिमय दराबाबत अधिक लवचिकता देणे.

☐ तेल निर्यातदर देशांच्या वाढत्या तेल महसुलाला सामावून (Absorb) घेता येतील अशी सबळ स्थूल अर्थशास्त्रीय धोरणे राबविणे.

वरील धोरणाचा अभ्यास केल्यास एक बाब जाणवते की, 'वॉशिंग्टन कन्सेन्सस' म्हणून इतकी वर्षे राबविलेली विषयपत्रिका आता बाद होऊ लागली आहे. आंतरराष्ट्रीय नाणेनिधीच आता निर्यातीवर मर्यादा, स्थानिक उपभोगात वाढ, विदेशी चलन विनिमय दरात लवचिकता यांचा पुरस्कर्ता झाला आहे.

मे २००६ मध्ये हैदराबाद येथे झालेल्या एशियन डेव्हलपमेंट बँकेच्या बोर्ड ऑफ गव्हर्नर्सच्या ३९व्या वार्षिक सर्वसाधारण सभेमध्ये स्वागताच्या भाषणात डॉ. मनमोहनसिंग यांनीही या जागतिक असंतुलनाचा समर्पक आढावा घेतला. ते म्हणाले, "चालू खात्यावरील असंतुलन मोठ्या प्रमाणावर व दीर्घकाळ असून चालत नाही. ते दुरुस्त करायला हवे. त्यासाठी सर्वांचे एकत्रित समन्वयाने प्रयत्न हवेत अन्यथा एकाएकी अधोगती होईल. "(sudden down turn)"

सारांश, जागतिक स्तरावर चालू खात्यात असंतुलन आहे. अमेरिकेसारख्या देशाची चालू खात्यावर वाढती तूट आहे. त्यासाठी अमेरिका सातत्याने मोठ्या प्रमाणात डॉलर्स अन्य देशांना देत आहे. जगभरात त्यामुळे रोखता वाढत आहे.

२) जागतिक वाढती रोखता भाववाढीचा कळीचा मुद्दा आहे.

(Global Liquidity as a trigger of Inflation)

जगातील वाढती रोखता ही डॉलर या चलनातील आहे. १९७१ सालांपर्यंत जगात सुवर्ण विनिमय (Gold Standard) पद्धती होती. देशांच्या

चलनाचा विनिमय दर सुवर्णसाठ्यावर अवलंबून होता. परंतु १९७१ मध्ये ही पद्धत रद्द करून आंतरराराष्ट्रीय नाणेनिधीच्या द्वारा Special Drawing Rights (SDRs) च्या स्वरूपात नवीन विनिमय पद्धत आली. या पद्धतीचा कणा अमेरिकेचा डॉलर होता आणि आहे. जगातील वस्तू सेवांचा व्यापार, गुंतवणूक या सर्व बाबी डॉलरच्याच भाषेत होतात. गेली सुमारे ३५/३६ वर्षे डॉलर्सवर जागतिक व्यापाऱ्यांचा, गुंतवणुकदारांचा, देशादेशातील सरकारांचा, मध्यवर्ती बँकांचा विश्वास आहे. या पार्श्वभूमीवर २४ मे २००६ रोजी 'Economic Society of Singapore' च्या व्यासपीठावरून बोलताना आंतरराष्ट्रीय नाणेनिधीचे व्यवस्थापकीय संचालक श्री. रोडरिगो डी रोटो (Rodrigo de Roto) यांनी दिलेला इशारा विचार करण्यासारखा आहे. ते म्हणाले, ''जागतिक असंतुलन सरतेशेवटी संपले पाहिजे. ते एकाएकी आणि अयोग्य पद्धतीने संपण्याचा मोठा धोका (जगासमोर) आहे. उदा. अमेरिकेत उपभोगाच्या वृद्धीदरात एकाएकी मोठी घट होऊ शकते. कदाचित त्यामुळे गृहबांधणी बाजारपेठेवर मंदीची कुऱ्हाड कोसळू शकेल. सध्याचे जगातील विनिमय दर योग्य कल दाखवीत आहेत, त्यामुळे आतापर्यंत असंतुलन निवारण करण्याची व्यवस्था ठीक होत आहे. परंतु जागतिक गुंतवणूकदारांना अमेरिकेच्या वित्तीय मालमत्तेमध्ये (US financial Assets) सध्याच्या विनिमय दराने आणि व्याज दराने गुंतवणूक करणे एकदम अनाकर्षक वाटू लागले तर, अमेरिकन डॉलरचे मूल्य झटकन घसरेल आणि अमेरिकेतील व्याजदर भरमसाट वाढतील आणि असे झाले तर जागतिक वित्तबाजारात हंगामा होईल आणि त्याचबरोबर त्याचा ऱ्हास होईल.''

या साऱ्याचा अर्थ समजण्यासाठी लक्षात घेतले पाहिजे की, जागतिक बाजारपेठा (Exchanges) अमेरिकेत स्थित आहेत. तेथील किंमती अमेरिकन डॉलर्सच्या भाषेत ठरतात आणि पैशाची देवाणघेवाण अमेरिकन डॉलर्समध्येच होते. सबब प्रत्येक देशाला अमेरिकन डॉलर्स बाळगणे, त्याचा साठा वाढविणे आवश्यक झाले आहे. त्यासाठी अन्य देश आपापल्या चलनाचे मूल्य कमी ठेवून निर्यात वाढविण्याचा प्रयत्न करतात, म्हणजेच त्यांची चलने अधोमूल्यित (under valued) राहतात आणि पर्यायाने डॉलर ऊर्ध्वमूल्यित (over valued) राहतो. अशा रीतीने जगातील वस्तूंच्या किंमतवाढीनेच डॉलरचे मूल्य सुरक्षित ठेवले आहे.

एक साधे उदाहरण घेऊ. वास्तविक खनिज तेलाचे उत्पादन प्रामुख्याने मिडल ईस्ट (मध्य पूर्व) देशात होते. परंतु जागतिक स्तरावर त्याची खरेदी-विक्री डॉलर्सच्या

भाषेत नमूद केलेल्या किंमतीला न्यूयॉर्क किंवा लंडन या दोनच तेल बाजारात (Oil exchanges) करता येते. तेलाच्या या बाजार पद्धतीने डॉलरला बळकटी मिळाली आणि जगाचा डॉलरवर भरवसा टिकला. अन्यथा सुवर्ण विनिमय पद्धत बंद करतानाच म्हणजे १९७०-७१ मध्येच जागतिक वित्तीय व्यवस्था कोसळली असती. परंतु एक साधा अर्थशास्त्रीय सिद्धांत आहे आणि तो म्हणजे– चलनाला जेव्हा कोणत्याही मौल्यवान वस्तूचा आधार नसतो तेव्हा ते चलन म्हणजे केवळ कागदाचा तुकडा असतो. खनिज तेलाच्या बाजाराचा डॉलरला मिळालेला एकाधिकार हाच मौल्यवान आधार असल्याने जगात डॉलरची पत टिकली असे म्हटले, तर अतिशयोक्ती होणार नाही. असे म्हणतात की, इराकच्या सद्दाम हुसेन यांना डॉलरच्या या मर्यादेची जाणीव होती आणि म्हणून ते खनिज तेलाचा व्यापार युरोपमध्ये करू पाहात होते. तसे झाले असते तर जगातील अमेरिकन डॉलर्सची मागणी घसरली असती आणि पर्यायाने त्याची किंमतही कमी झाली असती. कदाचित अमेरिकेच्या दृष्टीने हेच 'महासंहारक अस्त्र' इराककडे होते म्हणून ते अस्त्र नष्ट करण्यासाठीच अमेरिकेने इराकवर हल्ला केला. युद्धानंतर वर्षे उलटली पण अन्य महासंहारक अस्त्रे इराककडे मिळाली नाहीत हे अमेरिकेनेही मान्य केले आहे. काही विश्लेषकांवर विश्वास ठेवायचा ठरविले तर व्हेनेझुएला आणि इराक यांच्याकडेही हेच महासंहारक अस्त्र आहे. मानवी इतिहासात एखाद्या देशाच्या सैन्याने आपल्या देशाच्या चलनाच्या मूल्याचे रक्षण केल्याची ही पहिलीच घटना असावी. इराणने खनिज तेलाचा व्यापार युरोपमध्ये सुरू करण्याची अथवा स्वतःचा तेल बाजार (Oil exchange) सुरू करण्याची धमकी वास्तवात आणायचे ठरविले तर डॉलरवर फार मोठा दबाव येऊ शकतो.

आंतरराष्ट्रीय नाणेनिधीचे सल्लागार थॉमस हेलब्लिंग (Thomas Helbling) IMF चे वरिष्ठ अर्थतज्ज्ञ वलेरी मरसर-ब्लॅकमन (Valerie Mercer-Blackman) आणि IMF चे अथतज्ज्ञ केव्हिन चेन (Kevin Cheng) यांनी मार्च २००८ च्या फायनन्स अँड डेव्हलपमेंट च्या अंकात एक शोधनिबंध लिहून जागतिक भाववाढीची पुढीलप्रमाणे कारणे नोंदविली आहेत.

१. उभरत्या अर्थव्यवस्थांनी विविध वस्तूंच्या मागणीत वाढ केली आहे आणि हा त्यांच्या वाढत्या मागणीचा कल असाच सुरू राहणार आहे. चीन, भारत आणि मध्य आशियातील देशांत दरडोई उत्पन्नातील वाढ यामुळे यांच्या मागणीत गतीने मोठी वाढ होत आहे. २००१-०७ या काळात चीन, भारत व मध्यपूर्वेतील देशांच्या खनिज तेलाच्या मागणीत ५६% वाढ झाली चीनमध्ये या काळात गाड्यांच्या विक्रीत पाचपट वृद्धी आहे. नागरीकरण झाल्याने विजेची मागणी वाढती आहे आणि त्यासाठी कोळिशाची गरज वाढत आहे. चीनची २०००-०६ या काळात तांब्याची (Copper) मागणी

जगाच्या एकूण वाढलेल्या मागणीच्या ९०% होती. २००६ मध्ये जगाच्या एकूण गहू, मका, तांदूळ आणि सोयाबीनच्या उपभोगापैकी २०% उपभोग एकट्या चीनचा होता. जगातील सोयाबीनच्या एकूण निर्यातीपैकी ४०% निर्यात एकट्या चीनमध्ये होते.

२) जैव इंधनाचे विशिष्ट खाद्यान्नाची मागणी वाढली. अमेरिका व युरोप समुदायातील देश जैव इंधनासाठी अनुकूल धोरण राबवीत आहेत. अमेरिका आणि ब्राझील मोठ्या प्रमाणात इथेनॉल तयार करतात तर युरोपीय देश बायोडिझेल! सुमारे २०% इतक्या मर्यादेपर्यंत जगातील एकूण मका आणि Rapeseed चा वापर जैव इंधननिर्मितीसाठी केला जात आहे.

३) पुरवठ्यातील धीमा प्रतिसाद-खनिज तेलाच्या पुरवठ्यात पुरेशी वाढ नाही. तसेच महत्त्वाच्या खाद्यान्नांच्या उत्पादनातही वाढ नाही.

४) वस्तूंमधील परस्परावलंबित्वाने भाववाढ पसरते– उदा. जैव इंधनाच्या वाढत्या गरजेने केवळ मक्याचेच भाव वाढले नाहीत तर ज्या उत्पादनात मक्याचा वापर होतो अशांच्या (Meat, Poulty & Dairy) किंमती वाढल्या. मक्याच्या पर्यायी वस्तूंच्या (उदा. Soyabean meal & Soyabean Oil) किंमतीसुद्धा वर गेल्या. पेट्रोलच्या किंमती वर गेल्याने सिंथेटिक रबरच्या किंमती चढल्या. परिणामत: नैसर्गिक रबराच्याही किंमती चढू लागल्या.

५) कमी व्याजदर आणि डॉलरच्या किंमतीतील घट (Depreciation) यांनी भाववाढीस हातभार लावला.

सारांश अमेरिकेतील चालू खात्याच्या तुटीमुळे अमेरिका मोठ्या प्रमाणात डॉलर्स इतर देशांत देत आली आहे. जागतिक व्यापारात व वित्तीय बाजारपेठेत डॉलर्सचे विशिष्ट स्थान आहे. त्यामुळे डॉलरचे मूल्य जगात टिकून आहे आणि अन्य देशांची चलने मात्र अधोमूल्यित आहेत. परिणामत: वस्तूंच्या किंमती आंतरराष्ट्रीय बाजारपेठेत वाढत आहेत. जागतिक भाववाढीमागे हे एक मोठे कारण आहे. काही अर्थतज्ज्ञांच्या मते अन्य देशांच्या चलनांचे मूल्य वाजवी स्तरावर ठरले गेले, तर जागतिक भाववाढीला आपोआपच लगाम बसेल.

जगातील किंमतवाढीच्या कारणांचा आढावा घेतल्यावर जगातल्या भाववाढीची भारतातील भाववाढीशी-तुलना करण्याचा मोह होणं स्वाभाविक आहे. जगातील प्रमुख वस्तूंच्या भाववाढीचा दर आणि भारतातील त्या वस्तूंच्या भाववाढीचा दर रिझर्व बँकेने मे २००८ च्या बुलेटिनमध्ये प्रकाशित केला आहे तो असा–

Key Commodity Price Inflation - Global vis-a-vis Domestic
(Year-on-Year)

	Global	Domestic (WPI)		(Per cent)	
	Inflation	Variation		Weighted Contribution	
	March 2008 Over March 2007	2006-07	2007-08	2006-07	2007-08
1	2	3	4	5	6
1. Rice	76.3	5.7	8.2	2.1	2.4
2. Wheat	120.8	7.3	5.1	1.8	2.1
3. Milk	-	8.4	7.6	5.8	4.3
4. Raw Cotton	39.9	21.9	14.0	3.5	2.1
5. Oilseeds	78.9	31.6	18.7	11.0	6.5
6. Iron Ore	66.0	16.9	52.9	2.0	5.6
7. Coal Mining	122.6	0.0	8.8	0.0	2.3
8. Mineral Oils	68.1	0.5	9.2	1.1	15.7
9. Edible Oils	100.6-104.3	14.1	20.1	4.7	5.8
10. Oil Cakes	-	32.9	27.2	7.0	5.8
11. Basic Heavy Inorganic Chemicals	-	-3.5	33.2	-0.7	5.1
12. Basic Metals, Alloys and Metal Products	-	11.3	20.0	17.4	25.9
– Iron and Steel	35.3	8.1	34.2	6.0	21.0
Sub-total				55.7	82.5

Note :

1. Global Price increases are based on the World Bank commodity prices data.

2. Global edible oils are represented by palm oil and soybean oil.

3. Global iron and steel is represented by the World Bank steel Prooducts Price index.

4. Global mineral oil is represented by crude oil (average) spot Priccs.

वरील तक्त्यावरून भारतातील या वस्तूंची भाववाढ जागतिक तुलनेत

खूपच नियंत्रणात दिसते. परंतु असा निष्कर्ष काढण्यासाठी भाववाढ मोजतात कशी; तिचे मापन करण्याची भारतातील व इतर देशांतील पद्धत एकच आहे का? याचा अभ्यास करायला हवा. भाववाढीच्या या अर्थशास्त्रीय तांत्रिक बाबीकडे आता वळू.

☐

Inflation– अर्थ आणि कारणे

इंग्रजीत ज्याला Inflation म्हणतात, त्याला मराठीत 'भावफुगवटा', 'चलनअतिवृद्धी', 'चलनफुगवटा', 'किंमतवाढ' असे शब्द वापरले जातात. Inflation चा साधा अर्थ म्हणजे वस्तू व सेवांच्या सामान्य किंमत पातळीमध्ये विशिष्ट कालावधीत झालेली वाढ! ही किंमतवाढ एक तर सर्व वस्तू व सेवांचा विचार करून काढली जाते किंवा विशिष्ट वस्तू वा सेवांच्या किंमतीचाच त्यासाठी विचार केला जातो. उदा. शेतमालाच्या किंमतीतील वाढ, उत्पादित वस्तूंच्या किंमतीतील वाढ, इत्यादी. Inflation म्हणजे जशी किंमत पातळीतील वाढ तसेच दुसऱ्या भाषेत त्याचा परिणाम म्हणून पैशाच्या मूल्यात झालेली घट होय!

सोप्या भाषेत वस्तू व सेवांच्या खरेदीसाठी जास्त रक्कम मोजावी लागण्याची स्थिती म्हणजे Inflation. चलनफुगवट्यानंतर वस्तूंच्या किंमती वाढतात आणि पैशाची किंमत कमी होते. हेच उदाहरणाने सांगायचे तर समजा गव्हाचा भाव रु. १० प्रति किलोला असताना १०० रुपयांत १० किलो गव्हाची खरेदी करता येईल. परंतु गव्हाचे भाव वाढून (Inflation) १२.५० रुपये किलोला झाले तर दहा किलो गहू खरेदी करण्यासाठी रु. १२५ लागतील किंवा दुसऱ्या भाषेत १०० रुपयांत केवळ ८ किलोच गहू खरेदी करता येईल. थोडक्यात गव्हाच्या किंमतीतील (रु. १० ते रु. १२.५) फरक म्हणजे Inflation किंवा पैशाचे अवमूल्यन (रु. १०० ऐवजी तितकाच गहू घ्यायला लागलेले रु. १२५) म्हणजे Inflation!

अनेक अर्थतज्ज्ञांनी त्याची व्याख्या वेगवेगळ्या शब्दांत केली आहे. त्यातील काही पुढीलप्रमाणे–

१. किंमतीतील लक्षणीय वाढ म्हणजे Inflation – हॅरी जॉन्सन

२. Inflation म्हणजे पैशाची किंमत घटणारी स्थिती – क्रोथर (Crowther)

३. किंमतीच्या सामान्य पातळीतील सातत्यपूर्ण व दखल घेण्यासारखी वाढ म्हणजे Inflation – एडवर्ड शापिरो (Edward Shapiro)

भाववाढीचा हा तात्त्विक अर्थ पाहिला तर Inflation होण्यासाठी खालील चार घटक कारणीभूत होतात, असे अनुमान काढता येईल.

१. चलनाच्या पुरवठ्यात वाढ
२. वस्तू व सेवांच्या मागणीत वाढ
३. वस्तू व सेवांच्या पुरवठ्यात घट
४. पैशाच्या/चलनाच्या मागणीत घट

वर नमूद केलेल्या चार गोष्टी का घडतात त्याची कारणे संक्षेपात पाहू.

१. शासनाद्वारे राजकोषीय तुटीचे चलनीकरण

(Deficit financing by the Government.)

देशाच्या शासनाला उत्पन्नाचे काही स्रोत असतात आणि खर्च करण्याची काही खाती असतात. सामान्यतः उत्पन्नाची साधने मर्यादित असतात. परंतु शासनास संरक्षक राज्य (Police State), विकासक राज्य (Development State) आणि कल्याणकारी राज्य (Welfare State) अशा तीन भूमिका निभावाव्या लागतात. प्रजेचे संरक्षण करणे. देशांतर्गत कायदा व सुव्यवस्था ठेवणे हे प्राथमिक काम संरक्षक राज्य म्हणून शासन करते. पण त्याचबरोबर अर्थव्यवस्थेचा विकास व्हावा म्हणून रस्ते, वीज, पाणी, दळणवळण, दूर संचार आदी पायाभूत सुविधाही उपलब्ध करून द्यावा लागतात. याशिवाय देशातील विषमता दूर करणे, प्रादेशिक असमतोल हटविणे. वंचितांसाठी अन्न, शिक्षण, पाणी, निवारा, आरोग्यसुविधा, कपडा आदी उपलब्ध करून देणे अशी लोककल्याणाची कामेही करावी लागतात. या तीन भूमिका पार पाडण्यासाठी शासनास खर्च करावा लागतो व अनेक वेळा शासनाचे उत्पन्न मर्यादित आणि खर्च जास्त अशी परिस्थिती येते त्याला तूट असे म्हणतात. बऱ्याच वेळेला मंदीतून मार्ग काढण्यासाठीसुद्धा शासन उत्पन्नापेक्षा अधिक खर्च करते. प्रत्यक्षात महसुलापेक्षा अधिक खर्च झाला तर शासनाला ही तूट भरून काढण्यासाठी कोठून तरी पैसा उभा करावा लागतो. त्यासाठी शासनाकडे दोन मार्ग उपलब्ध असतात—

१) अधिक नोटा छापणे म्हणजेच जास्त चलन बाजारात आणणे.

२) बाजारातून (स्थानिक किंवा आंतरराष्ट्रीय) कर्ज घेणे.

शासन जेव्हा अधिक नोटा छापून चलन बाजारात आणते तेव्हा तितक्या रकमेच्या नवीन वस्तू लगेच उत्पादित होऊन बाजारात येत नाहीत. याचाच अर्थ बाजारात केवळ पैसा वाढतो; पण वस्तूंची उपलब्धता तेवढ्या प्रमाणात वाढत नाही. लोकांकडे पैसा वाढतो, त्यामुळे त्यांची क्रयशक्ती

वाढते, त्यांची वस्तू व सेवा यासाठीची मागणी वाढते; परंतु वस्तू व सेवांचा पुरवठा मात्र त्याच पातळीवर राहिला तर मागणी व पुरवठ्याचे असंतुलन होते आणि भावपातळी वर जाऊ लागते.

शासनाने तूट भागविण्यासाठी कर्ज उभारण्याचा दुसरा मार्ग स्वीकारला तर काय होते? बाजारात पैशाची मागणी वाढते पण पैशाचा पुरवठा वाढत नाही. सबब पैशाची किंमत म्हणजेच व्याजदर वाढू लागतात. व्याज हा वस्तू परिव्ययातील (Product Cost) एक मोठा घटक असल्याने, वस्तूंचा एकूण परिव्यय (Total Cost) वाढतो आणि कॉस्ट वाढली की, किंमतीत वाढ होणे अपरिहार्य ठरते.

थोडक्यात शासनाची तूट भरून काढण्यासाठी शासनाने जास्तीचे चलन बाजारात आणले तर वस्तूंची मागणी वाढून त्यांच्या किंमती वाढतात. शासनाने कर्ज उभारून तूट भरून काढली तर व्याजदर वाढून वस्तूंच्या परिव्ययात (Cost) वाढ होते आणि त्यातून किंमतवाढ सुरू होते.

२) मक्तेदारी

ग्राहकांच्या गरजा भागविण्यासाठी विविध वस्तू व उपकरणे असतात तसेच ती उत्पादित करणारे उत्पादक असतात. जेव्हा उत्पादनांची व उत्पादकांची संख्या भरपूर असते तेव्हा बाजारात स्पर्धा राहते. स्पर्धेमुळे किंमत वाजवी पातळीवर राहते. परंतु उत्पादने (वस्तू व सेवा) संख्येने मर्यादित असतील आणि उत्पादकही मोजकेच असतील तर स्पर्धा कमी होते. ग्राहकांना निवडस्वातंत्र्य उरत नाही. मोजकेच असलेले उत्पादक परस्पर सामंजस्याने (Cartel) कृत्रिमरित्या उत्पादनांच्या किंमती चढ्या ठेवू शकतात. अधिक किंवा अवाजवी नफा कमाविण्याची त्याची प्रेरणा आणि व्यावहारिक शक्यता यामुळे ते किंमतवाढ करत राहतात.

३) परिव्ययातील वाढ

वस्तू उत्पादन करण्यासाठी किंवा सेवा पुरविण्यासाठी काही खर्च होत असतो. उत्पादनाचे चार घटक आहेत– जमीन, श्रम, भांडवल आणि उद्योजकता. (Land, Labour, Capital & Enterprise) या चार घटकांचे उपयोजन करून वस्तू उत्पादित केल्या जातात. चारही घटकांना अनुक्रमे खंड (Rent) मजुरी (Wages) व्याज (Interest) आणि नफा (Profit) या

स्वरूपात मोबदला दिला जातो. या मोबदल्यात वाढ झाली की वस्तू व सेवांचा एकूण परिव्यय वाढतो. जमिनीची उपलब्धता मर्यादित आहे; पण तिची मागणी वाढू लागली की खंडात वाढ होणे अपरिहार्य आहे. शासकीय अथवा खासगी क्षेत्रातील कर्मचारी आपल्या संघटनांद्वारे पगारवाढीचा प्रयत्न करतात. त्यातून मजुरीचा खर्च वाढतो. बऱ्याच वेळा अत्यंत कुशल कामगारांच्या तुटवड्यामुळेही अधिक मोबदला दिला जातो. भांडवलाची अपुरी उपलब्धता व्याजदरवाढीस कारणीभूत ठरते आणि व्याजाचा खर्च वाढतो. यामुळे वस्तूची एकूण किंमत वाढते. वाढत्या कॉस्टमुळे नफा तेवढाच मिळवण्यासाठी किंमत वाढवावी लागते किंवा कॉस्ट तेवढीच राहिली असेल पण नफा अधिक मिळवण्यासाठीही (Enterprise चा खर्च) किंमतवाढ होते.

४) उत्पादन/पुरवठा व मागणी यातील असमतोल

औद्योगिक क्रांतीपूर्वी मागणीनुसार उत्पादन होत असे. परंतु आता उत्पादक आपली उत्पादने ठरवितात. त्यासाठी उत्पादन क्षमता निश्चित करतात. स्पर्धाशील राहण्यासाठी मोठ्या प्रमाणावर उत्पादन करतात व ते उत्पादन बहुतेक वेळा मागणीपूर्वी असते. म्हणजेच आधी उत्पादन केले जाते व नंतर त्यासाठी मागणी निर्माण केली जाते. मागणी अधिक निर्माण झाली तर किंमतवाढ होते. तसेच कच्च्या मालाची अपुरी उपलब्धता, कुशल मजुरांची कमतरता, शासकीय नियंत्रणे अशा कारणांमुळे उत्पादन कमी होते व त्याचा परिणाम किंमतवृद्धीमध्ये होतो.

५) युद्ध किंवा आणीबाणीसदृश परिस्थिती

युद्ध किंवा इतर आणीबाणीच्या वेळी शासनाचा शस्त्रास्त्रे, सैन्य अशा बाबींवर खर्च वाढतो. शस्त्रास्त्रांच्या उत्पादनासाठी उत्पादनाची साधने (जमीन, श्रम, भांडवल) वापरली जातात. त्यांची मागणी एकाएकी वाढते. सबब खंड, मजुरी, व्याज वगैरेचा दर वाढतो. त्याची झळ इतर वस्तूंच्या उत्पादनांसाठी वापरल्या जाणाऱ्या जमीन, श्रम, भांडवल यांच्या परताव्यावर होतो आणि सर्व उत्पादनांचाच खर्च वाढून किंमतवाढ होऊ लागते. जास्त जमीन, श्रम आणि भांडवल वापरात आल्याने लोकांचे उत्पन्न वाढते, श्रम शक्ती वाढते, मागणी वाढते आणि त्यामुळे किंमतवाढीत भर पडते.

६) बाजारपेठेत अचानक बदल

काही वेळा स्थानिक किंवा जागतिक बाजारपेठेत अचानक व एकाएकी बदल होतो. त्यामुळे मागणी किंवा पुरवठ्याच्या प्रमाणात (Quantity) वध-घट होते. उदा. जपानमध्ये काही वर्षांपूर्वी मोठा भूकंप झाला, इमारती नष्ट झाल्या. किमान कालावधीत पुनर्बांधणीचे जपानने आव्हान स्वीकारले आणि त्यासाठी आवश्यक असलेल्या सिमेंटची खरेदी जागतिक बाजारपेठेतून सुरू केली. जागतिक बाजारात सिमेंटची मागणी एकाएकी वाढली आणि किमतवाढ सुरू झाली. त्सुनामी, पूर, दुष्काळ, इराकचे युद्ध अशी काही आणखी उदाहरणे विचारात घेता येतील. काही वेळा स्थानिक उत्पादन घटते. काही वेळा आयात कमी होते पण मागणी वाढतच राहते. परिणामत: भाववाढ होणे स्वाभाविक असते.

Inflation चा अर्थ आणि त्यासाठी कारणीभूत घटक बघितल्यावर आपल्याला अर्थशास्त्रातील दोन संकल्पना समजणे अगदीच सोपे जाईल.

१. Demand pull inflation – मागणीतील वाढीमुळे भागफुगवटा आणि

२. Cost push inflation – परिव्यय वृद्धीमुळे भावफुगवटा.

अर्थव्यवस्थेतील वस्तू सेवांची मागणी त्यांच्या पुरवठ्यापेक्षा जास्त असते तेव्हा होणाऱ्या भाववाढीला Demand pull inflation म्हणतात. बाजारपेठेत मागणी मोठ्या प्रमाणात व सतत वाढत राहिली तर भाववाढ होते. कारण मागणीच्या प्रमाणात व मागणीच्या गतीने वस्तूंचा पुरवठा वाढत नाही. ग्राहकांकडील पैसा वाढला तर त्यांची क्रयशक्ती वाढते. त्यामुळे त्यांच्या गरजेचे मागणीत रुपांतर होते. अशा वाढीव मागणीमुळे आलेल्या inflation चे वर्णन इंग्रजीत "Too much money chasing too few goods" असे करतात. ही भाववाढ साठेबाजी रोखून किंवा वस्तूंची आयात करून काही प्रमाणात व अल्पकाळासाठी रोखता येते. परंतु या उपायांनी पुरवठा वाढविण्यास संख्यात्मक मर्यादा असल्याने भाववाढ पूर्णपणे व दीर्घकाळासाठी रोखता येत नाही.

मागणीतील वाढीमुळे झालेली भाववाढ अर्थव्यवस्थेस उपकारक असू शकते. वाढलेली मागणी भागविण्यासाठी उत्पादनात वाढ करायला सुरुवात होते. उत्पादनाचे चारही घटक- जमिन, श्रम, भांडवल व उद्योजकता –

यांची मांगणी वाढते. हे चार घटक पूर्णत: वापरले जात नसतील (Under employed factors of production) तर त्यांचा वापर वाढीव मागणीमुळे सुरू होतो. परिणामी उत्पादनात वाढ होते. कालांतराने पुरवठा सुधारतो व किंमतीही वाजवी पातळीवर स्थिर होतात. उत्पादनाच्या सर्व घटकांचा पूर्ण उपयोग (Full employment) होईपर्यंत मागणीतील वृद्धीने होणारे Inflation मर्यादित काळासाठी टिकते आणि ते आर्थिक विकासासाठी फायद्याचे ठरते ते यामुळे! परंतु एकदा उत्पादनाच्या घटकांची Full employment ची स्थिती आली की मग उत्पादन वाढ आणि पुरवठा वाढ होऊ शकत नाही. अशा वेळी मागणीतील वाढ कायम राहिली तर भाव फुगवटा नियंत्रणात रहात नाही. काही अर्थतज्ज्ञ यालाच खरे Inflation म्हणतात. मागणीतील सततची व मोठी वाढ खालील कारणांनी होते–

१) चलनपुरवठ्यात वाढ

२) शासकीय खरेदीत अथवा खर्चात वाढ

३) देशाबाहेरील जागतिक बाजारपेठेत वस्तूंच्या किंमतीत वाढ

थोडक्यात मागणीतील वाढीमुळे होणारा भावफुगवटा म्हणजे demand pull inflation असे होते.

cost push inflation हा प्रकार जरा वेगळा आहे. जेव्हा बाजारात उपलब्ध होणाऱ्या वस्तूंची कॉस्ट (परिव्यय, खर्च किंवा लागत) वाढते तेव्हा वाढीव खर्च भरून काढण्यासाठी वस्तूंची किंमतही वाढविणे अपरिहार्य असते. ही कॉस्ट केवळ उत्पादन परिमूल्य (Production cost) नसून त्यात विपणन परिव्यय (Marketing cost), वाहतूक खर्च, करांचा बोजा इत्यादींचा समावेश होतो. थोडक्यात जमीन, श्रम, भांडवल व उद्योजकता यांच्या परिव्ययातील वाढ किंमतवाढीस कारणीभूत ठरते. वाढीव परिव्ययामुळे उत्पादन व पुरवठा कमी होतो. १९७० च्या दशकात खनिज तेलांच्या किंमतीत भरमसाट वाढ झाली. खनिज तेल इंधन म्हणून वापरले जाते त्यामुळे वाहतूक खर्च वाढला. जिथे त्याचा कच्चा माल म्हणून वापर केला जातो तिथे उत्पादन खर्च वाढला. cost push inflation चे हे उदाहरण सामान्यत: सांगितले जाते. थोडक्यात निविष्टीच्या (input) परिव्ययात (cost) मध्ये वाढ झाल्याने होणारी किंमतवाढ Cost push inflation म्हणता येईल. कामगार संघटनांनी उत्पादकतेपेक्षा जास्त वेगाने वेतन घडवून घेतल्याने Cost push inflation ला हातभार लागतो.

अर्थात Demand pull आणि Cost push हे शब्द भाववाढीची सुरुवात कशी होते या दृष्टीने महत्त्वाचे आहेत. नंतरच्या भाववाढीच्या अवस्थेत मागणी आणि परिव्यय हे घटक एकमेकांना भाववाढीसाठी मदत करतात. त्या स्थितीला Price Spiral असे म्हणतात.

महागाईचा चटका सर्वांत जास्त असंघटित कामगारांना तसेच, ज्यांचे उत्पन्न स्थिर आहे अशांना बसतो. असंघटित कामगारांचे पगार महागाईशी निगडित नसतात. तसेच स्थिर उत्पन्नदार (व्याज, भाडे इ.) यांचे उत्पन्न रकमेने तितके राहते पण त्या रकमेची क्रयशक्ती कमी होते. कर्ज देणाऱ्यांच्या दृष्टीने महागाई म्हणजे नुकसान कारण कर्जाची परतफेड होताना कर्जाएवढीच रक्कम (व्याजासह) मिळते. परंतु त्या रकमेची कर्ज देताना असलेली बाजारातील किंमत महागाईमुळे कर्जपरतफेड होताना कमी झालेली असते.

महागाईचा फायदा होणाऱ्यात प्रामुख्याने मध्यस्थांचा उल्लेख करावा लागेल. उत्पादक, कर्ज देणारे व उच्च वेतन घेणारे ही मंडळीसुद्धा महागाईमध्ये फायद्यात राहतात.

महागाईच्या काळात शासनाच्या खर्चात वाढ होते. महसुलातील वाढ ही खर्चापेक्षा कमी असते. त्यामुळे शासनासही तुटीला सामोरे जावे लागते. त्याचबरोबर शासनाच्या साधनसामग्रीचा अनुत्पादक वापर सुरू होतो.

□

महागाई मोजतात कशी?

तुम्हा आम्हाला महागाई बोचते ती भाजीपाला, अन्नधान्य, दूध, फळे, खाद्यतेल, कापड इत्यादी वस्तूंच्या वाढत्या किंमतीतून! महिन्याच्या आपल्या बजेटवर पडणाऱ्या ताणातून, महिना अखेर होणाऱ्या ओढाताणीतून, कराव्या लागणाऱ्या काटकसरीतून! पण ती महागाई मोजायला हवी. त्यात किती वाढ झाली याचे प्रमाण काढायला हवे म्हणजे त्याचे नेमकेपणाने आकलन होऊ शकेल. आपण पाहिलेच की, संपूर्ण अर्थव्यवस्थेचे प्रतिनिधित्व करणाऱ्या निवडक वस्तू व सेवांच्या समुच्चयाच्या वाढत्या किंमतीला 'inflation' किंवा भावफुगवटा म्हणतात. त्यामुळे त्याचे मोजमाप करताना दोन बाबींचा विचार होतो.

१. वस्तू व सेवांची निवड

२. किंमतीची निवड-घाऊक किंमती की किरकोळ किंमती

बाजारपेठेत अनेक वस्तू व सेवा असतात. त्या साऱ्यांच्याच किंमतीतील बदल एकसारखा नसतो. काही वस्तूंच्या किंमती खूप वाढतात, काहींच्या कमी वाढतात, काहींच्या वाढतच नाहीत तर काहींच्या कमीसुद्धा होऊ शकतात. म्हणून भाववाढीचा निर्देशांक काढतांना सर्व वस्तूंच्या सरासरी किंमतवाढीचा निर्देशांक काढला जातो. अर्थात अर्थव्यवस्थेत असलेल्या सर्वच वस्तू व सेवा यावर आधारित निर्देशांक काढणे शक्य नसेत कारण एक तर ती माहिती गोळा करायला खूप वेळ, मेहनत आणि खर्च लागेल आणि दुसरे म्हणजे एवढ्या सगळ्या वस्तूंच्या किंमतवाढीचा परिणाम सर्वांवर सारखा असत नाही. उदाहरणार्थ मोती आणि पाचूच्या किंमती खूप वाढल्या, तरी सर्वसामान्यपणे सरासरी भाववाढ काढताना त्याचा फार विचार करण्याची आवश्यकता नाही. या उलट गहू, तांदूळ, डाळी, दूध अशा पदार्थांच्या किंमतीचा अग्रक्रमाने विचार व्हायला हवा. सबब भाववाढीचा निर्देशांक काढताना प्रत्येक देश आपल्या समाजाच्या उपभोग स्थितीनुसार कोणत्या वस्तू व सेवांच्या किंमती विचारात घ्यायच्या ते ठरवितो. लोकांच्या उपभोगाच्या बदलत्या गरजेनुसार व शैलीनुसार निर्देशांक काढण्यासाठी निवडलेल्या वस्तू व सेवांच्या समुच्चयात बदल केला जातो. अर्थात निर्देशांक ठरविण्यासाठी निवडलेल्या वस्तू व सेवा आणि त्या समुच्चयात

वेळोवेळी केलेला बदल, प्रातिनिधिक असेल तरच ठरविलेला निर्देशांक महागाईचे योग्य वास्तव स्वरूप दाखवू शकतो.

निर्देशांक काढण्यासाठी वस्तू व सेवांची निवड झाली की दुसरा प्रश्न येतो तो त्या वस्तू व सेवा समुच्चयाच्या कोणत्या किंमतीवर आधारित निर्देशांक काढायाचा? बाजारात प्रामुख्याने 'घाऊक किंमती' व 'किरकोळ किंमती' अशा दोन किंमती प्रचलित असतात. त्या दोघांत तफावतही मोठी असते. व्यापारी व अर्थव्यवस्था यासाठी घाऊक किंमती दिशादर्शक असतात. त्यातील चढउतार हे ग्राहकांवर होणाऱ्या परिणामांची आगाऊ सूचना देऊ शकतात. त्यासंबंधी आकडेवारी जमा करणे, एकत्रित करणे आणि छापणे थोडे सोपे, सोयीचे आणि कमी वेळ खाणारे असते. घाऊक किंमतीच्या आधारे निर्देशांक काढणे आकडेमोडीच्या दृष्टीने सहजसोपे असते. या उलट किरकोळ किंमती या प्रत्यक्ष उपभोक्ता देत असतो. त्याचाच भार तो सहन करतो. पण किरकोळ किंमतीची माहिती मिळविणे शासनास अवघड असते आणि भारतासारख्या भौगोलिकदृष्ट्या विस्तिर्ण देशात तर खूपच कठीण असते. किरकोळ विक्रेते संख्येने भरपूर आणि देशभरात दूरदूर विखुरलेले असतात. त्यामुळे आकडेवारी जमा करण्यास खूप वेळ, मेहनत व खर्च करणे स्वाभाविक असते. भाववाढीचा खरा दिशादर्शक किरकोळ किंमतीवर आधारित असायला हवा हे जरी खरे असले तरी व्यवहारात त्यासाठी सांख्यिकी गोळा करण्याती व्यवस्था खूप सक्षम असायला हवी. थोडक्यात निवडक वस्तू सेवा यांच्या समुच्चयाच्या घाऊक किंमतीवर आधारित किंवा किरकोळ किंमतीवर आधारित भाववाढीचा निर्देशांक काढता येतो; त्यांना अनुक्रमे 'घाऊक किंमत निर्देशांक (Whole sale Price index W P I) आणि उपभोक्ता/ग्राहक किंमत निर्देशांक (Consumer Price index CPI) असे म्हणतात.

भारतातील निर्देशांक

भारतात दोन्ही निर्देशांक काढत असले तरी त्यांची उद्दिष्ट्ये अलग अलग आहेत. भाववाढीच्या मोजमापासाठी घाऊक निर्देशांकाचा वापर केला जातो आणि कामगारांचा पगार व पगारातील महागाई भत्ता ठरविण्यासाठी ग्राहक किंमत निर्देशांकाचा उपयोग केला जातो.

भाववाढ मोजायची म्हणजे किंमतीच्या कोणत्यातरी आकड्याला आधार मानले पाहिजे आणि तो आधारभूत आकडा आणि आजच्या किंमती यांची

तुलना करून 'वाढ' ठरविता येईल. भारतात वर्ष १९८१-८२ आधारभूत वर्ष (Base year) ठरविण्यात आले होते. परंतु २००० साली त्यात बदल करण्यात आला. सध्या १९९३ या वर्षाला पायाभूत/आधारभूत वर्ष मानण्यात येते. त्या वर्षाच्या निवडक वस्तू व सेवांच्या सरासरी किंमतीला १०० मानले आहे. त्यांच्या तुलनेत पुढील कालावधीसाठी (आठवडा, महिना किंवा वर्ष) महागाईची मोजदाद केली जाते.

ज्या वस्तूचा व सेवांचा समुच्चय भाववाढीचा आकडा ठरविण्यासाठी विचारात घेतला जातो त्यांचे वर्गीकरण तीन गटांत केलेले आहे.

१) प्राथमिक वस्तू– (Primary Articles)

या गटात प्रामुख्याने तीन उपगट आहेत– i) खाद्यान्न, ii) खाद्यान्नेतर पदार्थ, iii) खनिजे.

खाद्यान्नात कडधान्ये (मूग, मसूर, उडीद, हरभरा इ.) यांचा समावेश आहे. तसेच तृणधान्ये (तांदूळ, गहू, मका, ज्वारी, बाजरी इ.) समाविष्ट केले आहेत. फळे, भाज्या, दूध, अंडी, मांस, मासे, मसाल्याचे पदार्थ व चहा-कॉफीसारखी इतर खाद्यान्ने विचारात घेतली जातात.

खाद्यान्नेतर पदार्थात फायबर्स (कापूस, ज्यूट, लोकर, रेशीम इ.), तेलबिया (भुईमूग इ.) नारळ, तंबाखू, रबर आणि ऊस यांचा समावेश होतो.

खनिजात लोखंड, बॉक्साइड, सिलिका, क्रोमाइड, ॲसबेस्टॉस इत्यादी मोडतात.

२) इंधन, ऊर्जा, वीज आणि वंगण– (Fuel, Power, Light and Lubricants)

या गटात वर्गवारी केलेल्या वस्तू तीन प्रकारच्या आहेत.

i) कोळसा (Coal mining) ज्यात जळाऊ, दगडी कोळसा येतो.

ii) खनिज तेल (Mineral Oil) पेट्रोल, रॉकेल, बिटुमेन, नाफ्टा, डिझेल, फर्नेस ऑइल.   iii) वीज आणि वंगण (Lubricants)

३) उत्पादित वस्तू– (Manufactured)

वरील दोन्ही गटांतील वस्तू निसर्गातून मिळणाऱ्या आहेत. पण कच्च्या मालावर प्रक्रिया करून तयार कलेल्या वस्तू या गटात समाविष्ट केल्या आहेत आणि त्यांचे वर्गीकरण पुढील १२ उपगटांत केलेले आहे.

i) अन्न उत्पादने (Food Products)

ii) तंबाखू व तंबाखूची उत्पादने तसेच मादक द्रव्ये (Beverages, Tobacco & tobacco products)

iii) कापड व कपडे (Textiles)

iv) लाकूड व लाकडाची उत्पादने (Wood & Wooden Products)

v) कागद व कागदाची उत्पादने

vi) चामडे व चामड्याच्या वस्तू

vii) रबर व प्लास्टिक यांची उत्पादने

viii) रसायने व रासायनिक उत्पादने

ix) धातूंव्यतिरिक्त इतर खनिज उत्पादने (Non Metalic Mineral Products)

x) धातूंची उत्पादने (Basic Metals, Alloys & Metal Products)

xi) यंत्र व यंत्राची उपकरणे (Machines & Machine Tools)

xii) वाहतुकीची उपकरणे व त्यांचे सुटे भाग (Transport Equipments & Parts)

भारतात किंमतवाढीचा निर्देशांक (WPI) ठरविण्यासाठी एकूण ४३५ वस्तूंचा समुदाय निवडला आहे. त्या ४३५ वस्तू वरील तीन गटांत विभागल्या आहेत. या वस्तूंच्या सरासरी किंमतीचा विचार WPI काढताना केला जातो. वरील वस्तूंवर एक नजर टाकली तर लक्षात येईल की सर्व वस्तू किंमतवाढ मोजण्यासाठी महत्त्वाच्या असल्या तरी त्या प्रत्येक गटाचे महत्त्व सारखे नाही. म्हणून वस्तूच्या प्रत्येक गटाच्या महत्त्वानुसार किंमत निर्देशांक काढण्यासाठी त्यांना Weight म्हणजे भार/माप दिलेले आहे. भारतात निश्चित केलेले प्रत्येक गटाचे Weight पुढीलप्रमाणे–

१) प्राथमिक वस्तू   २२.०२%
२) इंधन, ऊर्जा, वीज आणि वंगण   १४.२३%
३) उत्पादित माल   ६३.७५%
   एकूण   **१००%**

'भार' वस्तूंचे महत्त्व दाखवितात. जास्त भार म्हणजे त्या वस्तूची भाववाढ निर्देशांकासाठी जास्त महत्त्वाची. आकडेवारीचे हे जंजाळ थोडं सोपं करायचं तर, सर्व वस्तूंवर आधारित भाववाढीचा दर (Rate of Inflation based on WPI all Commodities) ९% आहे असं जेव्हा सरकार म्हणतं तेव्हा प्रत्येक वस्तूची किंमतवाढ ९% नसते. प्राथमिक वस्तूतील

भाववाढीसाठी त्यात केवळ २२.०२% माप असतं आणि उत्पादित मालासाठी ६३.७५% इतकं! यापुढे जाऊन वरील तीन गटांत मोडणाऱ्या प्रत्येक वस्तूसाठी वेगवेगळं माप आहे. म्हणजेच प्राथमिक वस्तू करिता भार २२.०२% आहे तो त्यात समाविष्ट केलेल्या खाद्यान्नांसाठी १५.४०% आहे. खाद्यान्नेतर पदार्थांसाठी ६.१४% आणि खनिजांसाठी ०.४८५% आहे. याही पुढे जाऊन खाद्यान्नांच्या गटात समाविष्ट असलेल्या प्रत्येक वस्तूसाठी वेगवेगळा भार, (Weight) निश्चित केलेला आहे. त्याचप्रमाणे इतर दोन गटांतील (i. Fuel, Power, Light & Lubricants आणि ii. उत्पादित माल) वस्तूंसाठी असलेला अनुक्रमे भार १४.२३% आणि ६३.७५% सुद्धा त्यांच्या उपगटातील वस्तूंना दिलेल्या वेगवेगळ्या भारांची बेरीज आहे. थोडक्यात निवडलेल्या ४३५ वस्तूंची प्रथम तीन गटांत विभागणी केली. त्या तीन गटांतील प्रत्येक वस्तूच्या महत्त्वानुसार त्याला वेगवेगळा भार निश्चित केला व तीन गटांच्या भारांची बेरीज १०० करण्यात आली.

उदाहरणासाठी प्राथमिक वस्तूंचा 'भार' तपशील एका दृष्टिक्षेपात पुढीलप्रमाणे–

वस्तू		%	%	भार (Weightage)%
I प्राथमिक वस्तू				२२.०२५
अ) खाद्यान्न			१५.४०२	
i) धान्य		५.००९		
a. तृणधान्ये	४.४०६			
b. कडधान्ये	०.६०३			
	५.००९			
ii) फळे व भाज्या		२.९१७		
a. भाज्या	१.४५९			
b. फळे	१.४५८			
	२.९१७			
iii) दूध		४.३६७		
iv) मसाल्याचे पदार्थ		०.६६२		
v) इतर खाद्य पदार्थ		०.२३९		
vi) अंडी, मांस व मासे		२.२०८		
		१५.४०२		

ब) खाद्यान्नतर पदार्थ/वस्तू		६.१३८
i) फायबरस	१.५२३	
ii) तेलबिया	२.६६६	
iii) इतर खाद्यान्नेतर पदार्थ	१.९४९	
	६.१३८	
क) खनिजे		०.४८५
i) धातुजन्य खनिजे (Metalic Minerals)	०.२९७	
ii) इतर खनिजे	०.१८८	
	०.४८५	
		२२.०२५

याच पद्धतीने अन्य दोन गटांतील वस्तूंचा भार निश्चित केलेला आहे.

वर नमूद केल्याप्रमाणे आता ९३.९४ हे आधारभूत वर्ष आहे. एकूण ४३५ वस्तूंचा समावेश आहे. या वस्तूंच्या एकूण १९१८ किंमत अवतरणांचा (Price quotations) विचार करून WPI ठरविला जातो.

इ. स. २००० मध्ये हा बदल केला गेला. पूर्वीचा व आत्ताचा तौलनिक तपशील खालील तक्त्यातून स्पष्ट होईल.

WPI **साठी वस्तू व किंमत अवतरणांच्या संख्येचा तक्ता–**

तपशील		वस्तूंची संख्या No of Articles		किंमत अवतरणांची संख्या No of Quotations	
वस्तूंचा गट		**८१.८२**	**९३.९४**	**८१.८२**	**९३.९४**
१.	प्राथमिक वस्तू	९३	९८	५१९	४५५
२.	इंधन,वीज,प्रकाश व वंगण	२०	१९	७३	७२
३.	उत्पादित वस्तू	३३४	३१८	१७७९	१३९१
एकूण		**४४७**	**४३५**	**२३७१**	**१९१८**

एकूण वस्तूंची संख्या ४४७ वरून ४३५ पर्यंत कमी झाली. त्यात प्रामुख्याने उत्पादित मालातील काही वस्तू वगळल्या गेल्या आणि प्राथमिक वस्तूत पाच वस्तूंची भर पडली.

किंमत अवतरणांची संख्या २३७१ वरून १९१८ पर्यंत म्हणजे लक्षणीय

घटली. प्राथमिक वस्तू व उत्पादित वस्तू दोघांच्याही अवतरणांच्या संख्येत घट करण्यात आली.

WPI साठी समाविष्ट केलेल्या वस्तूंच्या या तीन गटांना दिलेले महत्त्व, माप किंवा भारही बदलण्यात आला. त्याचा तौलनिक तक्ता पुढीलप्रमाणे–

WPI साठी वस्तूगटांना दिलेला भार (Weights)

	वस्तूंचा गट	८१-८२	९३-९४
१.	प्राथमिक वस्तू	३२.३०%	२२.०२%
२.	इंधन, वीज, प्रकाश व वंगण	१०.६६%	१४.२३%
३.	उत्पादित वस्तू	५७.०४%	६३.७५%
	एकूण	१००.००%	१००.००%

इथे स्पष्टपणे जाणवते की प्राथमिक वस्तूंचा (ज्याची यादी वर दिली आहे) भार ३२.३०% वरून २२.०२% पर्यंत कमी केला आणि अन्य दोन गटांचा भार वाढविला. याचा अर्थ प्राथमिक वस्तूंच्या किंमतवाढीचा परिणाम WPI वर आता कमी होतो; पण औद्योगिक / उत्पादित वस्तूंच्या किंमतवाढीचा परिणाम सरासरी किंमतवाढीवर जास्त होतो.

वस्तू गटांची निवड व त्यांना दिलेले भार याद्वारे घाऊक किंमत निर्देशांक काढला जातो. तो किंमतवाढीचे योग्य प्रतिनिधित्व करतो का? महागाईच्या प्रमाणात योग्य दर्शक आहे का? जरा विश्लेषण करायला हवे.

प्राथमिक वस्तूंसाठी असलेला भार (महत्त्व-Weight) जरी २२.०२% असला तरी त्यात तृणधान्यासाठीचा भार केवळ ४.४०६% आहे. याचा अर्थ जेव्हा गहू, तांदूळ, ज्वारी, बाजरी, मका यांची सरासरी किंमत १०% ने वाढते तेव्हा घाऊक किंमतीच्या निर्देशांकात जवळपास ०.४% म्हणजे अर्ध्या टक्क्यापेक्षाही कमी वाढ नोंदवली जाते. साखरेसाठीचा भार ३.५२%, तांदुळासाठी २.४५%, खाद्य तेलासाठी २.७६%, गव्हासाठी १.३८%, डाळींसाठी ०.६% आणि दुधासाठी ४.३७% आहे. साहजिकच शेतमालाच्या किंमती भरमसाट वाढत गेल्या तरी घाऊक किंमत निर्देशांकातली वाढ मंदगतीने का होते याचा खुलासा या विवेचनाने होईल. २-५-२००८ रोजी WPI ७.५७% ने म्हणजेच महागाईची वाढ होत असल्याचे शासनाने जाहीर केले तेव्हा एकूण खाद्यान्नांच्या किंमती वर्षभरात सुमारे ४३% वाढलेल्या होत्या. वनस्पती तूप ४१%, तांदूळ व तूरडाळ २०%, हरभरा १९%, दूध ११%, गहू ८.३३% इतके महाग झालेले होते.

याशिवाय भारतात आज सुमारे ८०% जनतेचे दररोजचे सरासरी उत्पन्न वीस रुपये असल्याचे सांगितले जाते. एकूण उत्पन्न इतके कमी असेल तर त्यांचा खाद्यान्नांवर होणारा खर्च एकूण खर्चाच्या ७५% असणे स्वाभाविक नाही का? सुमारे ८० कोटी जनतेच्या खर्चावर परिणाम करणाऱ्या खाद्यान्नांच्या किंमतीसाठी केवळ १५% भार (महत्त्व-Weight) देऊन काढलेला घाऊक किंमत निर्देशांक वाढीचा योग्य कल दाखविणे शक्य नाही.

या महागाई मापनाच्या पद्धतीचा परिणाम स्पष्ट आहे. उत्पादित मालाला प्राथमिक वस्तूंच्या तुलनेत जवळपास तिप्पट महत्त्व दिल्याने सरासरी सर्व वस्तूंच्या भाववाढ निर्देशांकावर उत्पादित मालाची किंमतवाढ जास्त प्रभाव टाकते. त्यामुळे प्राथमिक वस्तूंच्या किंमतीत भरमसाठ वाढ झाली तरी आणि अन्य दोन गटातील वस्तूंच्या किंमतीत कमी वाढ झाली तरी दोघांना निर्देशांकात मिळणारा भार (Weight) सुमारे ७८% असल्याने एकूण किंमतवाढीचा निर्देशांक प्राथमिक वस्तूंच्या किंमतवाढ निर्देशांकापेक्षा बराच कमी दिसेल. भाववाढीच्या शासकीय आकड्यांमुळे निर्माण होणाऱ्या गोंधळाचे हेच कारण आहे. शासन म्हणतंय की भाववाढ साडेसात टक्क्यांच्या आसपास आहे. पण सामान्य नागरिकांस गहू, तांदूळ, डाळी, खाद्यतेलं, भाज्या, फळे, दूध इत्यादींच्या किंमती मात्र पटीत वाढलेल्या दिसतात. त्याचे कारण वस्तूंची केलेली वर्गवारी आणि निर्देशांक ठरविण्यासाठी प्रत्येक वस्तूगटाला (त्यातील उपवस्तू गटाला) दिलेले महत्त्व/माप किंवा भार!

दुसरा मुद्दा म्हणजे भाववाढ ठरविण्यासाठी घाऊक किंमत निर्देशांक हा योग्य मापदंड आहे का? वास्तविक सामान्य ग्राहकांना घाऊक बाजारातील किंमतीला कधीच माल मिळत नाही. किरकोळ बाजारातील किंमती घाऊक किंमतीपेक्षा बऱ्याच जास्त असतात. शिवाय घाऊक किंमत निर्देशांकामुळे किंमतवाढीचा धंद्यावर होणारा परिणाम मोजता येईल. उपभोक्त्यांवरील परिणामाचे मोजमाप करण्यासाठी उपभोक्ता/ग्राहक किंमत निर्देशांकच असायला हवा. नावातच म्हटल्याप्रमाणे घाऊक किंमत निर्देशांक सर्व वस्तूंच्या घाऊक बाजारातील व्यवहारांच्या किंमतीमधला फरक दाखवितो. अर्थव्यवस्थेतील प्राथमिक व दुय्यम क्षेत्रातील वस्तूंच्या किंमतीचा परिणाम त्यामुळे समजतो. उपभोक्त्यांवर अखेरीस होणाऱ्या परिणामांचा तो दिशादर्शक असल्याने शासनास अगोदरच सावधगिरीचे उपाय योजता येतात. (Precautionary

Measures) परंतु सामान्य माणसाला द्याव्या लागणाऱ्या किमतींचा त्यात विचार नाही. तरीही भारतात घाऊक किंमत निर्देशांकाच्याच आधारे भाववाढीचा दर ठरविला जातो. वास्तविक तो ग्राहक किंमत निर्देशांक असायला हवा. शिवाय घाऊक किंमत निर्देशांकात उपभोगापेक्षा उत्पादनाच्या बाजूने झालेल्या किंमत बदलाचा विचार होतो. तसेच सामान्य ग्राहकांच्या एकूण खर्चात ज्या सेवांचा उपभोग घेतला जातो त्याकडे घाऊक किंमत निर्देशांकात दुर्लक्ष केलेले आहे. उदा. आरोग्य सेवा, वाहतूक, दूरध्वनी, शिक्षण इत्यादी यांचा समावेश घाऊक किंमत निर्देशांकात होत नाही.पण त्यांच्या किंमती वाढल्या तर त्याचे चटके सामान्य माणसाला बसतातच. या साऱ्या तुटींचा विचार करता घाऊक किंमत निर्देशांकापेक्षा ग्राहक किंमत निर्देशांक (Consumer Price Index CPI) जास्त समर्पक वाटतो. CPI ठरवितांना किरकोळ बाजारातील किमतींचा आधार घेतला जातो आणि उपभोक्त्यांच्या वेगवेगळ्या वर्गांचा विचार त्यात होतो. तसेच त्यात खाद्यान्नांच्या किंमतीला ५०% पेक्षा जास्त भार (Weight) असेल तर भाववाढीचे प्रमाण योग्य पद्धतीने मोजता येतात. WPI की CPI हा प्रश्न व्ही. षण्मुगम आणि डी. जी. प्रसाद या दोन अर्थतज्ज्ञांनी आपल्या शोध निबंधात उपस्थित करून CPI च्या बाजूने कौल दिला आहे.

इंग्लंड, अमेकिा, जपान, फ्रान्स, कॅनडा, सिंगापूर अशा प्रगत देशांत भाववाढ ठरविण्यासाठी ग्राहक किंमत निर्देशांकाचाच वापर केला जातो. शिवाय ज्या वस्तूंच्या किंमतींच्या आधारे CPI ठरविला जातो त्या वस्तूंचा आढावा वर नमूद केलेल्या देशात दर ४-५ वर्षांच्या कालावधीत घेतला जातो. कारण उपभोक्त्यांची प्राथमिकता असणाऱ्या वस्तू बदलतात व त्या बदलाचा विचार CPI मध्ये होणे अपेक्षित आहे. भारतात WPI काढून महागाई मोजतात आणि ९३-९४ साल आधारभूत धरताना वस्तूंची जी यादी केली आहे तीच आजही तशीच आहे. त्यात कोणताही बदल अद्याप केलेला नाही.

प्रत्येक देशाच्या मध्यवर्ती बँकेचे काम म्हणजे भाववाढ आटोक्यात ठेवून विकासाची गती वाढविणे. त्यासाठी मध्यवर्ती बँक देशातील भाववाढीवर लक्ष ठेवते. भाववाढ मोजणे, त्याची कारणे शोधणे व त्यार उपाय सुचविणे हे तिचे काम आहे. यासाठी भविष्यात होणाऱ्या किंमत बदलांचा अंदाज वर्तमानात घेणे मध्यवर्ती बँकेला करावे लागते. खाद्यान्न व इतर प्राथमिक वस्तू व सेवा यांना CPI मध्ये पुरेसे महत्त्व दिले असल्यामुले भविष्यातील भाववाढीचा सामान्य नागरिकांच्या दृष्टिकोनातून चांगला अंदाज मध्यवर्ती

बँकेस येऊ शकतो. राजस्व आणि मौद्रिक उपायांची योग्य आखणी व अंमलबजावणी करता येते. सबब CPI चा वापर भारतात होणे (अन्य प्रगत देशांप्रमाणे) आवश्यक वाटते.

अन्य देशांतील महागाईचे मोजमाप दाखविणारा तक्ता

देश	महागाईचा निर्देशांक	वस्तूंचा समुदाय	वस्तू समुदायातील वस्तूंचा पुनर्विचार करण्याचा कालावधी
१.जपान	CPI (ताजी फळे सोडून)	खाद्यान्न, गृहबांधणी, इंधन, प्रकाश, पाणी खर्च, फर्निचर, गृहोपयोगी उपकरणे, कपडे, पादत्राणे, आरोग्य सुविधा, वाहतूक, संदेशवहन, शिक्षण, वाचन, मनोरंजन इ.	५ वर्षे
२.जर्मनी	CPI	७५० वस्तूंचा समावेश	५ वर्षे
३.फ्रान्स	CPI	उपलब्ध नाही	उपलब्ध नाही
४.इंग्लंड	CPI	६५० वस्तू	दर वर्षी
५.अमेरिका	CPI	८ मुख्य वस्तू गट, प्रत्येक गटास वेगवेगळा भार (Weights)	व्यय सर्वेक्षणा- वर आधारित
६.ऑस्ट्रेलिया	CPI	उपलब्ध नाही	उपलब्ध नाही
७.भारत	WPI	प्रमुख ३ गटांत ४३५ वस्तू	बदल नाही.

भारतात भाववाढीचा दर ठरविण्यासाठी शासनामार्फत WPI चा वापर केला जात असला तरी किरकोळ किंमत निर्देशांकही अन्य कारणासाठी काढले जातात. ते एकूण चार प्रकारचे आहेत.

१) औद्योगिक कामगारांसाठी ग्राहक किंमत निर्देशांक—

(CPI for Industrial workers)

यात १९८२ च्या किंमती आधारभूत मानून त्याचा निर्देशांक १०० ठरविण्यात आला. हा निर्देशांक काढण्यासाठी वस्तूंबरोबरच काही सेवांच्या किंमतीचाही विचार केला जातो. किरकोळ किंमतीवर आधारित हा निर्देशांक भाववाढीचा योग्य दर्शक समजतात. सार्वजनिक व खासगी क्षेत्रातील कर्मचाऱ्यांच्या महागाई भत्त्याची निश्चिती करण्यासाठी हा निर्देशांक वापरला जातो.

२) शहरी अंगमेहनत नसलेल्या कर्मचाऱ्यांसाठी ग्राहक किंमत निर्देशांक—

(CPI for Urban Non-Manual Employees - UNME)

१९८४-८५ हे आधारभूत वर्ष या निर्देशांकासाठी धरलेले आहे. भारतातील ५९ शहरांची निवड हा निर्देशांक काढण्यासाठी केलेली आहे. या शहरातील निवडक वस्तूंच्या किमतीचा सरासरी निर्देशांक म्हणजे CPI (UNME) त्यासाठी वस्तूंचे पाच गट करण्यात आले आहेत.

    i. अन्न पदार्थ, पेये व तंबाखू
    ii. इंधन व प्रकाश
    iii. घरबांधणी
    iv. कपडे, बिछाने व पादत्राणे
    v इतर वस्तू

या पाच गटांतील वस्तूंचा किंमत निर्देशांक अलग अलग काढला जातो आणि त्यांची सरासरी काढली जाते. दर महिन्याला विविध शहरांतील वर नमूद केलेल्या ५ गटांतील वस्तू व सेवा यांच्याद्वारे निर्देशांक शोधला जातो. बँका, राजदूतवासातील कर्मचारी अशांच्या पगारासाठी हा निर्देशांक उपयोगात आणतात.

३) कृषी कामगारांसाठी ग्राहक किंमत निर्देशांक—

(CPI - Agriculture Labour)

या निर्देशांकाचे आधाभूत वर्ष आहे १९८६-८७. याचा वापर शेती कामगार/ मजूर यांचे किमान वेतन ठरविणे, त्यात सुधाणा करणे यासाठी केला जातो.

४) ग्रामीण कर्मचाऱ्यांसाठी ग्राहक किंमत निर्देशांक—

(CPI - Rural Labour)

शेतीव्यतिरिक्त कामगार/मजूर यांच्या वेतन निश्चितीसाठी या निर्देशांकाचा उपयोग होतो.

वरील चारपैकी पहिला म्हणजे CPI Industrial workers हा जास्त विस्तृत, समावेश असल्याने सामान्यपणे भाववाढीची दिशा योग्य प्रकारे दाखविणारा आहे, असे मानले जाते.

घाऊक किंमत निर्देशांक व ग्राहक किंमत निर्देशांक समजवून घेतल्यानंतर आता भाववाढीचा दर कसा काढतात ते पाहूया. WPI काढण्यासाठी

१९९३-९४ हे वर्ष आधारभूत वर्ष (Base Year) धरलेले आहे. त्या वर्षाच्या किंमतीचा निर्देशांक १०० मानला आहे. प्रतिवर्षी सरासरी घाऊक किमतींच्या आधारे १९९३-९४ च्या किंमतीशी तुलना करून त्या वर्षाचा WPI काढला जातो. म्हणजे उदाहरणार्थ– २००५-०६ या वर्षातील निवडलेल्या वस्तूंच्या घाऊक किमतींची तुलना ९३-९४ च्या घाऊक किमतींबरोबर करून २००५-०६ चा घाऊक किंमत निर्देशांक १९५.६ होता. तसाच तो २००६-०७ साठी २०५.०० होता. हे दोन्ही आकडे WPI चे आहेत. आता २००६-०७ या सालाच्या भाववाढीचा दर काढतांना प्रथम दोन WPI मधील फरक शोधायला हवा. म्हणजेच (२०५-१९५.६) ९.४ इतक्या अंकांनी २००६-०७ या वर्षात निर्देशांक वाढला आहे. महागाई वाढली आहे. परंतु ही वाढ २००५-०६ च्या १९५.६ या WPI वर झाली आहे. ही वाढ आपण शेकड्यात मांडणे (Percentage) म्हणजे भाववाढीचा दर काढणे होय. या उदाहरणात तो शेकडा दर असा काढता येईल.

१९५.६ निर्देशांक असताना ९.४ वाढ
१०० निर्देशांक असताना ?

$$\dfrac{१००}{१९५.६} \times ९.४ = ४.८\%$$

याचा अर्थ सन २००६-०७ मध्ये महागाईचा दर ४.८% होता.

(Rate of Inflation on year to year basis taking 93-94 as base year)

थोडक्यात ही प्रक्रिया खालील तीन पायऱ्यात मांडता येईल.

१. प्रतिवर्षासाठी घाऊक किंमतीचा निर्देशांक काढायचा.

२. गेल्या वर्षाच्या तुलनेत चालू वर्षाच्या घाऊक किंमत निर्देशांक कितीने वाढला ते शोधायचे.

३. सदरची वाढ भागिले गत वर्षाचा घाऊक किंमत निर्देशांक याचे गुणोत्तर शेकड्यात मांडले की भाववाढीचा दर समजतो.

भारतात भाववाढीचा दर प्रत्येक आठवड्यास काढला जातो. वर्षातील सर्व आठवड्यांच्या सरासरीने वार्षिक किंमत निर्देशांक ठरविला जातो. या पार्श्वभूमीवर गेल्या दोन वर्षातील भाववाढीच्या दरांचा अर्थ पाहू. २००५-०६ मध्ये भाववाढीचा दर ४.४% होता. ०६-०७ मध्ये ४.८% आणि २ मे २००८ रोजी ७.५७% झाला.

आयकर कायद्यानेही केंद्रीय प्रत्यक्ष कर मंडळाला (Central Board of

Direct Taxes CBDT) 'कॉस्ट इन्फ्लेशन इंडेक्स' जाहीर करणे अनिवार्य केले आहे. मालमत्ता विक्रीवरील दीर्घकालीन करपात्र भांडवली नफा ठरविण्यासाठी cost inflation Index चा उपयोग केला जातो. हा cost Inflation Inde^x गत वर्षीच्या सरासरी ग्राहक किंमत निर्देशांक (Urban Non Manual Employ-ees) च्या ७५% इतका असतो.

भारतातील भाववाढीच्या दराबाबत आता थोडे वास्तव बघता येईल. १५ मार्च २००८ रोजी जाहीर झालेली भाववाढ ६.६८% होती. हा सर्व वस्तूंच्या घाऊक किंमतीवर आधारित भाववाढीचा सरासरी दर होता. त्यात प्राथमिक वस्तूंच्या गटातील भाववाढीचा दर , उत्पादित मालाच्या भाववाढीचा दर अलग अलग होता. तक्त्याच्या स्वरूपात तो खालीलप्रमाणे मांडता येईल.

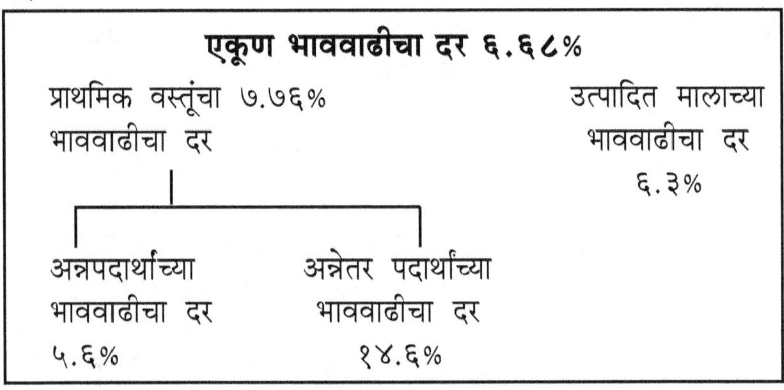

भाववाढीच्या दरावरून निष्कर्ष काढण्यासाठी वस्तूंच्या गटांचा तसेच उपगटांचा आणि त्यातील प्रत्येक वस्तूचा भाववाढ दर विचारात घ्यायला हवा. त्यातून कोणत्या वस्तूंमुळे भाववाढ जास्त होत आहे याचा अंदाज येतो. त्यावर उपाय योजता येतात व त्या उपायांच्या अंमलबजावणीतून भाववाढीवर नियंत्रण ठेवता येते. सदर पुस्तकात परिशिष्ट १ मध्ये. भाववाढीचा दर (घाऊक किंमत निर्देशांक) प्रत्येक वस्तूसाठी कसा प्रकाशित होतो तो दाखविला आहे, तर परिशिष्ट २ मध्ये ग्राहक किंमत निर्देशांक (महत्त्वाच्या वस्तूंच्या गटात) दाखविला आहे. श्री. अनंतकुमार यांच्या अध्यक्षतेखाली नेमलेल्या "Parliamentary Standing commitee on finance" ने किंमत निर्देशांकात सुधारणा करण्याची शिफारस केली होती. तसेच शासनाने २००५ साली केंद्रीय नियोजन मंडळाचे सदस्य श्री. अभिजित सेन यांच्या

नेतृत्वाखाली एक कार्यगट (Task force) नेमला होता. त्याने किंमत निर्देशांकाबाबत काही सूचना केल्या होत्या. त्या पुढीलप्रमाणे–

१) आधारभूत वर्षाचा पुनर्विचार– सध्याचा किंमत निर्देशांक १९९३-९४ च्या किंमती आधारभूत मानून काढला जातो, त्याचा पुनर्विचार करून ते वर्ष आणखी अलीकडे आणायला हवे व २००४-०५ हे पायाभूत वर्ष धरावे.

२) किंमत निर्देशांक काढण्यासाठी समाविष्ट केलेल्या वस्तूंची संख्या वाढवावी

३) किंमत निर्देशांक काढण्यासाठी समाविष्ट केलेल्या वस्तूंचा भार (weight) पुन्हा ठरवावा.

शासन या सूचनांचा विचार करताना दिसत नाही किंबहुना त्यासाठी शासन उत्सुकही नाही. कदाचित त्यामुळे महागाईचा निर्देशांक वाढेल अशी शासनास भीती वाटत असावी. परंतु जागतिक स्तरावर तुलना करण्यासाठी अन्य देशांत वापरला जाणारा निर्देशांक (CPI) आपणही वापरला पाहिजे. किमान त्यावर नीट विचार तरी झाला पाहिजे.

□

प्रकरण ४

भारतातील भाववाढीची मीमांसा

आपण यापूर्वी पाहिले की किंमत वाढ ही Demand push किंवा/आणि cost push असते. भारतात होणारी महागाई या मागणी वाढीमुळे तसेच परिव्यय वाढीद्वारा होणाऱ्या अपुऱ्या पुरवठ्यामुळे वाढत आहे. शासन गेली दोन वर्षे असं सांगत आहे की भाववाढ न होता देशाची प्रगती होत आहे. परंतु ते या वर्षी शक्य झाले नाही. कदाचित सध्याची महागाईची घोडदौड ही आत्तापर्यंतच्या धोरणाचा संचित परिणाम आहे.

देशात मागणी सतत वाढत आहे याचे कारण देशात सरासरी दरडोई उत्पन्न वाढत आहे हे जसे आहे तसेच देशातील पैशाचा पुरवठाही वाढत आहे. पैशाच्या पुरवठ्यात प्रतिवर्षी २०% पेक्षा जास्त वाढ होत आहे. देशातील पैशाचा साठा M3 या नावाने ओळखला जातो. M3 ची स्थिती खालील तक्त्यातून स्पष्ट होईल.

देशातील पैशाचा साठा M3

वर्ष	साठा कोटी रुपयांत	वाढ कोटी	शेकडा वाढ
१९९०-९१	२,६५,८२८	–	–
२००४-०५	२२,३०,६७५	१९,६४,८४७	–
२००५-०६	२७,२९,५४८	४,९८,८७३	२२.३६४%
२००६-०७	३३,१०,२७८	५,८०,७३०	२१.२७६%
फेब्रु ०८	३८,६५,६४२	५,५५,३६४	१६.७७७%

मार्च २००८ च्या अखेरचा आकडा उपलब्ध नाही म्हणून फेब्रु. ०८ पर्यंतची वाढ टेबलमध्ये दाखविली आहे.

स्रोत– RBI Monthly Bulletin April 2008 Page S 323. अर्थ व्यवस्थेत पैसा वाढला की क्रयशक्ती वाढून मागणी वाढते आणि पुरवठ्यात त्या प्रमाणात वाढ न झाल्यास किंमतवाढ होणे अपरिहार्य असते.

भारताची अर्थव्यवस्था उभरती आहे, सक्षम आहे याचा विश्वास जागतिक गुंतवणूकदारांना आल्याने त्यांनी त्यांच्या गुंतवणुकीचा ओघ

भारताकडे वळविला आहे. विदेशी चलनात ही गुंतवणूक मोठ्या प्रमाणात व सातत्याने येत आहे. विदेशी गुंतवणूकदारांवरील बंधने (Capital Inflow restrictions) कमी केली जात आहेत. त्याने असा विदेशी पैसा आणखी येऊ लागला आहे. विदेशी चलनाच्या बदल्यात भारतीय रिझर्व्ह बँकेला आपले चलन म्हणजे रुपये द्यावे लागतात. स्वाभाविकच देशांतर्गत चलन वाढत आहे व त्याचा कल तसाच राहण्याची शक्यता अधिक आहे. विदेशातून आलेल्या गुंतवणुकीच्या रकमांची कल्पना खालील तक्त्यावरून येईल.

भारतात आलेली विदेशी गुंतवणूक (Foreign investment inflows)

प्रकार	वर्ष रक्कम	दशलक्ष डॉलर्समध्ये		
	०४-०५	०५-०६	०६-०७	फेब्रु.२००८ पर्यंत
१. प्रत्यक्ष/थेट गुंतवणूक (Direct Investment)	६,०५१	८,९६१	२२,०७९	२५,४५५
२. पोर्टफोलियो गुंतवणूक	९३१५	१२,४९२	७००३	३०,९९५
३. एकूण	१५३६६	२१,४५३	२९,०८२	५६४५०

चलनवाढीबरोबरच काही राजकोशीय बाबीसुद्धा (fiscal measures) बाजारातील मागणी वाढण्यास कारणीभूत ठरत आहेत. त्यात प्रामुख्याने राज्य व केंद्र शासनांच्या तुटीचा, राज्य व केंद्र शासनांच्या वाढत्या कर्जाचा, अनुत्पादक खर्चाचा समावेश करावा लागेल. याशिवाय २००८च्या अर्थसंकल्पामध्ये आयकरात भरपूर सवलती जाहीर केल्या आहेत. त्याच्या परिणामस्वरूप करदात्यांच्या करपश्चात उत्पन्नात वाढ होईल व त्यांचे खर्च करता येण्यासारखे उत्पन्न (Disposable Income) वाढेल. मागणीत वाढ होण्याचे तेही एक निश्चित कारण असणार आहे.

या आर्थिक कारणांशिवाय मागणीत वाढ होण्यासाठी एक सामाजिक कारणही आहे आणि ते म्हणजे चंगळवाद! चंगळवाद पूर्वी उद्योगपती, व्यापारी, सरकारी अधिकारी व श्रीमंत शेतकरी अशा मोजक्या लोकांसाठी मर्यादित होता. पण गेल्या सुमारे दोन दशकांत सामाजिक मानसिकताच बदलत असून खर्च करण्याची, उपभोग घेण्याची (थोड्या स्पष्ट शब्दांत उधळपट्टी करण्याची) प्रवृत्ती वाढीस लागली आहे. किंबहुना ते Status Symbol झाले आहे. पूर्वी नवश्रीमंत होते आता चंगळवादात नवमध्यमवर्गीयही समाविष्ट झाले.

भारतात केंद्र शासन अन्नधान्याची खरेदी करते. यात प्रामुख्याने गहू, तांदूळ यांच्यासारख्या कृषीउत्पादनांचा समावेश होतो. काही राज्यांत इतर काही उत्पादने 'एकाधिकार' खरेदी तत्त्वानुसार शासन खरेदी करत आहे. उदा. महाराष्ट्रातील कापूस एकाधिकार खरेदी, शासन शेतकऱ्यांना आधारभूत किंमतीची खात्री देते. गेल्या तीन वर्षांपासून शासनाने दिलेली आधारभूत किंमत (हमीभाव) सतत वाढत आहे. (याला कारण मोठ्या शेतकऱ्यांचा व राजकीय नेत्यांचा दबावही आहे.) ही आधारभूत किंमत बाजारातील अन्य खरेदीदारांना दिशा देणारी ठरते. आधारभूत किंमतीत सतत वाढ केल्याने बाजारातील खाद्यान्नांच्या किंमती वाढण्यास हातभार लागला असल्याचाही दावा काही जण करताना दिसतात.

स्टील आणि सिमेंट ही दोन उत्पादने गेली काही वर्षे भाववाढीचा आलेख उंचावत आहेत. ५० किलोच्या सिमेंट गोणीची किंमत २२० रुपयांपर्यंत पोचली, तर स्टीलचे भाव गेल्या वर्षभरात ५०% ने वर गेले आहेत. इतक्या मोठ्या प्रमाणात किंमती वाढण्यास उत्पादनखर्चातील वाढ हे एकच कारण दिसत नाही. उत्पादकांची सशक्त लॉबी असण्याने हे शक्य झाले आहे. इंग्रजीत ज्याला Cartel परस्पर विक्रय संघ म्हणतात तशी विक्रीसाठी परस्पर समझोत्याने त्यांनी व्यवस्था केली आहे व त्यातून पुरवठ्यावर नियंत्रण ठेवून बाजारातील किंमती कृत्रिमरीत्या वाढविण्याचा प्रयत्न केला आहे. शासनाच्या वारंवार केलेल्या आवाहनाला प्रतिसाद देऊन स्टील उत्पादकांनी रु. ४००० ते रु. ५००० पर्यंत प्रतिटन किंमत कमी करण्याची तयारी दाखविली आहे. सिमेंट उत्पादकांनीही सरकारच्या आवाहनाला सकारात्मक प्रतिसाद देण्याचे मान्य केले आहे. या वस्तूतील पुरवठा बाजूला असलेला दबाव किंमतीवाढीस कारणीभूत आहे.

अन्नधान्याच्या किंमत पातळीत वाढ होण्यासाठी Commodity Exchange मधील Forward Trading सुद्धा एक कारण असल्याचा दावा केला जातो. या बाजारात प्रत्यक्ष वस्तूंची खरेदी विक्री होते त्याला Spot transactions (Delivery based) असे म्हणतात. पण प्रत्यक्ष वस्तूंची खरेदी विक्री न करता केवळ वस्तूंच्या वायद्यांची खरेदीविक्री forward Trading मध्ये होते. म्हणजेच भविष्यातील खरेदीविक्रीचे व्यवहार आज केले जातात. भविष्यात उपलब्ध होणाऱ्या साठ्याचा, पुरवठ्याचा अंदाज बांधून व्यापारी एक प्रकारे सट्टा करतात. त्यामुळे या वस्तू बाजारातली किंमती अंदाजावर आधारित कृत्रिमरीत्या ठरतात. सट्ट्याकडे झुकणाऱ्या अशा व्यवहारातून

प्रत्यक्ष बाजारातील किंमतीवर परिणाम होतो असा जोरकस दावा अनेक जण करतात. या दाव्यातील सत्यासत्यता तपासून पाहण्याची आवश्यकता शासनाला वाटली. अमेरिकेतल्या Commodity Futures & Trading Commission ने जाहीर केले की, ''त्यांचा वायदे बाजारातील व्यापाऱ्यांवर बिलकूल विश्वास राहिलेला नाही. वाढत्या अन्नधान्य किंमतीला हे व्यापारी पूर्णपणे जबाबदार आहेत.'' हे कमिशन अमेरिकेतल्या अन्नधान्य व्यापाराचे– वायदे बाजाराचे– नियंत्रण करते. वायदे बाजारातील व्यापाऱ्यांच्या जुगारी प्रवृत्तीमुळे निरनिराळ्या शहरांतील धान्य बाजारातील सावळागोंधळ माजला आणि शेवटी मिनियापोलीस येथील धान्य वायदे बाजार बंद करावा लागला. अमेरिकेतल्या या अनुभवावरून भारतालाही तशी शंका येणे स्वाभाविक होते. २८ फेब्रुवारी २००७ ला अर्थमंत्र्यांनी गहू व तांदूळ यांच्या वायदेबाजारावर बंदी आणली व त्याच वेळी जाहीर केले की, ''वायदे बाजारामुळे अन्नधान्याच्या किंमतीवर काय परिणाम होतो याचा अभ्यास करण्यासाठी त्वरित एक कमिटी नेमण्यात येईल.'' २ मार्च २००७ ला एक नोटिफिकेशन काढून योजना आयोगाचे सदस्य श्री. अभिजित सेन यांच्या अध्यक्षतेखाली एक समिती नेमली. या समितीने खालील तीन बाबींचा अभ्यास करून आपले मत मांडावे अशी कार्यकक्षा ठरविण्यात आली.

१. वायदे बाजारातील सर्व व्यवहारांचे अन्नधान्याच्या किंमतीवर काय परिणाम होतात?

२. या परिणामांची तीव्रता कशी कमी करता येईल?

३. वायदे बाजारात शेतकऱ्यांचा थेट सहभाग कसा वाढविता येईल? व त्यायोगे त्यांना बदलत्या अन्नधान्य किंमतीचा जास्त लाभ कसा होईल?

वरील तीनपैकी शेवटचे दोन प्रश्नच काही गृहिते धरून केलेले आहेत ना? वायदे बाजाराचा अन्नधान्य किंमतीवर नुसताच परिणाम होत नाही तर तो परिणाम तीव्र आहे हे गृहीत धरल्याशिवाय दुसरा प्रश्न– या परिणामांची तीव्रता कशी कमी करता येईल? उद्भवलाच नसता तसेच वायदे बाजारात शेतकऱ्यांचा सहभाग कमी आहे आणि अन्नधान्यांच्या किंमती वाढत असूनही शेतकऱ्यांना त्याचा फायदा मिळत नाही हे गृहीत धरल्याखेरीज तिसरा प्रश्न– ''वायदे बाजारात शेतकऱ्यांचा थेट सहभाग कसा वाढवता येईल? व त्यायोगे त्यांना बदलत्या अन्नधान्य किंमतीचा जास्त लाभ कसा होईल?'' समितीकडे सोपवावा लागलाच नसता. थोडक्यात वायदे बाजार

अन्नधान्याच्या किमतवाढीत हातभार लावतो याची ढोबळमानाने दाट शंका (खात्री) असल्यामुळे समिती नेमण्यात आली. २९ एप्रिल २००८ रोजी समितीने आपला अहवाल घाईगर्दीने दिला कारण भरपूर राजकीय दडपण समितीवर आले होते. वायदे बाजारातील व्यवहारांमुळे किमतवाढ होते किंवा नाही याबद्दल स्पष्ट निर्णय समितीच्या अहवालात नाही. सर्व सदस्यांचे एकमत नाही आणि अहवालाला अध्यक्षीय टिप्पणी पुरवणी म्हणून जोडलेली आहे. त्यात अध्यक्ष श्री. सेन यांनी आपले स्वतःचे मत मांडले आहे ते असे– सरकारने यापूर्वींच लागू केलेली गहू, तांदूळ, तूरडाल व उडीददाळ यावरील बंदी उठवू नये तसेच, साखर, गूळ, खाद्यतेले यांच्या वायदे बाजारावरील नियंत्रणे वाढविली पाहिजेत.

समितीच्या अध्यक्षांच्या या शिफारशीबरोबरच २००६ सालातील वायदे बाजारातील आकडेवारीसुद्धा बोलकी आहे. २००६ मध्ये उडीददाळीचे उत्पादन दोन लाख टन झाले. परंतु सटोडियांनी त्यावर वीस लाख टनांचे फॉर्वर्ड ट्रेनिंग केले. म्हणजेच पुरवठ्याच्या जवळपास १० पट व्यवहार झाले. मागणी कृत्रिमरीत्या वाढविली. चणाडाळीचे उत्पादन ६० लाख टन झाले. त्यावर ७४२ लाख टनांचे फॉर्वर्ड ट्रेडिंग झाले, म्हणजेच १२ पटीपेक्षा जास्त व्यवहार वायद्यात झाले असतील तर कृत्रिम मागणी तयार झाल्याने किंमत वाढणार नाही, असे कसे म्हणता येईल? समितीच्या अध्यक्षांच्या मताशी सदस्य सहमत नव्हते. म्हणून अध्यक्षांनी आपली मते स्वतंत्रपणे नोंदविली हे बरंच झाले. पण झोपेचे सोंग घेतलेल्या सरकाराला उठवणार कसे? व्यापारी व भांडवलदारांच्या दबावाखाली असलेल्या शासनाला व राजकीय पुढाऱ्यांना धाडसी पाऊल उचलणे जमणार कसे? समितीला आवश्यक ती माहिती व सांख्यिकी पुरविण्याची जबाबदारी ज्यांच्यावर होती ते बंगलोरचे मॅनेजमेंटचे प्राध्यापक गोपाळ नाईक यांनी म्हटले की, ''गहू, तांदूळ, उडीद व तूर यांच्यावर बंदी असूनही त्यांचे भाव वाढले, कमी झाले नाहीत. म्हणजेच अशा बंदीचा फारसा उपयोग नाही.'' वायदे बाजारातील बंदीच्या विरोधात असलेल्या प्रा. नाईकांचे हे मत अर्धसत्य आहे. वाढलेले भाव कमी होणे हे शक्य असतेच असे नाही म्हणजेच बंदीमुळे भाव कमी होतील ही अपेक्षाही नाही. पण या बंदीमुळे अफाट प्रमाणात वाढणारी भाववाढ कमी करता येईल. श्री. मदन सबनीस हे नॅशनल कमॉडिटीज अँड डेरिव्हेटीव्ह एक्स्चेंजचे मुख्य अर्थतज्ज्ञ आहेत. त्यांच्या मते गहू, तूर यात झालेली किमतवाढ पुरवठा तेवढाच पण मागणी जास्त यामुळे झाली. ही

मागणी वाढली कशी? वायदे व्यवहारांमुळे मागणीतील वाढ प्रमाणाबाहेर (Disproportionate) होते आणि भाववाढ होणे स्वाभाविक आहे.

सेन कमिटीच्या अहवालातील आणखी एक मुद्दा महत्त्वाचा आहे. भारतात मोठ्या संख्येने छोटे शेतकरी आहेत, ते देशात दूर दूरवर विखुरलेले आहेत, ते अशिक्षित आहेत, संगणक साक्षर नाहीत, त्यांच्यापर्यंत संगणक व इंटरनेटची सेवा उपलब्ध नाही. सबब त्यांना वायदे बाजारमध्ये सहभागी होता येत नाही. १.५ हेक्टरपेक्षा कमी जमीन असणारे शेतकरी एकूण शेतकऱ्यांमध्ये ८०% पेक्षा जास्त आहेत तर वायदे बाजारात सामील होऊ शकणाऱ्या शेतकऱ्यांची संख्या ५% पेक्षा कमी आहे. त्यामुळे भाववाढीचा फायदा थेट शेतकऱ्यांना न होता सट्टेबाज व्यापारांना होतो. या पार्श्वभूमीवर भारतातील शेतकरी नेते व राजकीय पुढारी जो दावा करतात त्याचा विचार व्हायला हवा. ते म्हणतात– ''अन्नधान्यांच्या किंमती वाढल्या तर शेतकऱ्यांनाच त्याचा फायदा होईल म्हणून त्याविरोधात ओरड कशाला?'' मिळतो का खरंच शेतकऱ्यांना फायदा? करतात का ते Commodity exchange वर व्यवहार? की सगळा मलिदा व्यापाऱ्यांकडे जातो? आणि शेतकरी वंचित राहतो तर ग्राहक जास्त किंमत मोजतो? वायदे बाजारातील व्यवहारांकडे जाणीवपूर्वक दुर्लक्ष झाल्याने किमतवाढ होण्यास मदत झाली असे अनुमान त्यामुळेच काढले जाते.

भाववाढीचे आणखी एक कारण भारतात आणि इतर मोठ्या विकसनशील देशांत दिसते. ते म्हणजे बाजारपेठा आणि बाजारापेठेत सहभागी होणारे घटक यांच्यातील बरेच अंतर तसेच अक्षम संपर्कव्यवस्था! उत्पादक, दलाल/मध्यस्थ, घाऊक विक्रेता, किरकोळ विक्रेता आणि उपभोक्ता/ग्राहक हे बाजारपेठेतील प्रमुख घटक! भारतासारख्या विस्तीर्ण देशात ह्या सगळ्या घटकांतील प्रत्यक्ष अंतर शेकडो अथवा हजारो किलोमीटर आहे. वाहतुकीच्या व संदेशवहनाच्या सुविधा मर्यादित आहेत. अलीकडच्या काळात त्या वाढत असल्या तरी गरजेच्या प्रमाणात अपुऱ्या आहेत. रस्त्यांची स्थिती, साठवणुकीची सोय, अत्यंत असमाधानकारक आहे. याचा परिणाम म्हणून बाजारातील किंमती ग्राहक किंवा उत्पादक हे ठरवू शकत नाहीत तर मध्यस्थ आणि व्यापारी (घाऊक/किरकोळ) यांच्या मताने त्या ठरतात. अर्थशास्त्रातील मागणी आणि पुरवठा सिद्धांतानुसार किंमत-निश्चिती होत नाही. कारण ग्राहक-उत्पादक थेट संपर्क संवाद व व्यवहार शक्य होत नाही. विशेषत: जी उत्पादने देशाच्या एखाद्या भौगोलिक भागात होतात आणि त्यांचा

उपभोग देशभर होतो अशा उत्पादनांच्या किंमतीची निश्चिती हमखास व्यापारी वर्ग ठरवितो. हजर बाजारात (Spot Market) उत्पादकांना माहितीच्या व साधनांच्या अभावी, व्यापारी/मध्यस्थांवर अवलंबून रहावे लागते. व्यापारी/मध्यस्थ त्यांच्याजवळील साधनांच्या आधारे बाजारपेठेची माहिती बाळगून असतात. त्यांच्या माहितीच्या, पैशाच्या आणि व्यवस्थापन क्षमतेच्या जोरावर उत्पादकांकडून माल खरेदी करतात आणि बाजारपेठेतील किंमत ठरवतात. शेतीमालाविषयी ही स्थिती जास्त लागू पडते. अशिक्षित, देशभर पसरलेला, अल्पभूधारक म्हणून अल्पप्रमाणात उत्पादन करणारा शेतकरी बाजारातील किंमत ठरवू शकत नाही. त्यामुळे मध्यस्थ/व्यापारी बाजारातील किंमत निश्चित करतात. शिवाय पुरवठ्याच्या प्रमाणावरही त्यांचाच वरचष्मा असतो. कृत्रिमरीत्या बाजारात तुटवडा निर्माण करणेही त्यांना शक्य होते.

Multi Commodity Exchange चे मुख्य अर्थतज्ज्ञ श्री. व्ही. षण्मुगम यांनी मे २००६ मध्ये प्रकाशित केलेल्या आपल्या शोधनिबंधात शेतकरी ते ग्राहक या साखळीत किंमत कशी ठरते व कोणाला त्यात किती हिस्सा मिळतो ते मांडले. त्यातील दोन वस्तू उदाहरणासाठी घेऊ-तूरडाळ आणि उडीददाळ. जळगावमध्ये पिकवलेल्या या दोन डाळी-मुंबईच्या किरकोळ बाजारात जातांना त्यांचा किंमत निश्चिती प्रवास खालील टेबलमध्ये मांडला आहे. एक लक्षात घेतले पाहिजे की, ही दोन्ही ठिकाणे (जळगाव व मुंबई) महाराष्ट्रातच आहेत, त्यातील अंतर फार मोठे नाही आणि ही दोन्ही उत्पादने बहुतेक सर्वच ठिकाणी घेतली जातात. परंतु याउलट

i. उत्पादन देशाच्या विविध भागांत होत असेल.

ii. उत्पादक व ग्राहक यात बरेच मोठे अंतर असेल आणि

iii. उत्पादन मर्यादित असेल.

तर शेतकऱ्यांना मिळालेली किंमत आणि ग्राहकांना द्यावी लागलेली किंमत यात खाली दिलेल्या टेबलमधील फरकापेक्षा कितीतरी जास्त फरक मध्यस्थ/व्यापारी वसूल करतात.

किंमत साखळी विश्लेषण
जळगाव ते मुंबई किरकोळ बाजार

उडीददाळ		
	प्रति क्विंटल रु.	प्रति क्विंटल रु.
१. ग्राहकाला पडलेली किंमत		५६००
२. शेतकऱ्याला मिळालेली किंमत		३०००
३. विपणनाचा परिव्यय (marketing cost) १-२		२६००
४. खर्च		
i. प्रक्रिया खर्च	४८८	
ii. वाहतूक खर्च	१७५	
iii. कर व ब्रोकरेज	३१	
iv. मध्यस्थ	१०	
एकूण (i to iv)		७०४
५. निव्वळ नफा (३-४) (Net Margin)		१८९६
निव्वळ नफ्याचे वाटेकरी		
i. पहिल्या मध्यस्थाचा वाटा (First broker margin)	२२९	
ii. व्यापारी/डाळमिलवाला याचा वाटा	६७०	
iii. Canvassing Agent's margin	९८	
iv. घाऊक व्यापाराचा वाटा	६२९	
v. किरकोळ व्यापाऱ्याचा वाटा	२७०	
एकूण (i to v)	**१८९६**	

तुरडाळ		
	प्रति क्विंटल रु.	प्रति क्विंटल रु.
१. ग्राहकाला पडलेली किंमत		३२००
२. शेतकऱ्याला मिळालेली किंमत		१६००
३. विपणनाचा परिव्यय (marketing cost) १-२		१६००
४. खर्च		
i. प्रक्रिया खर्च	६३०	
ii. वाहतूक खर्च	१४५	
iii. कर व ब्रोकरेज	३४	
iv. मध्यस्थ	१०	
एकूण खर्च (i to iv)	**८१९**	**८१९**

५.	निव्वळ नफा (Net Margin) (३-४)		७८१
	निव्वळ नफ्याचे वाटेकरी		
	i. पहिल्या मध्यस्थाचा वाटा (First broker margin)	२१२	
	ii. व्यापारी/डाळमिलवाला याचा वाटा	१७५	
	iii. Canvassing एजंटचा वाटा	५८	
	iv. घाऊक व्यापाराचा वाटा	१५४	
	v. किरकोळ व्यापाऱ्याचा वाटा	१८२	
	एकूण (i to v)	७८१	

वरील टेबलवरून सहज लक्षात येईल की शेतकऱ्याच्या दारात १६०० रु. क्विंटलची तूरडाळ ग्राहकाला मात्र रु. ३२०० प्रति क्विंटल पडते. म्हणजेच किंमतीत १००% वाढ होते. उडीददाळीत ही किंमतवाढ. ९०% (५६००-३०००) आहे. ही किंमतवाढ केवळ प्रचंड आहे असं नाही तर ती बाजारपेठेतील किंमत निश्चिती प्रक्रियाच विरूपित (distort) करणारी आहे. शेतकऱ्याला मिळणाऱ्या रु. १६०० प्रतिक्विंटल तूरडाळीवर रु. ७८१ चा विविध एजन्सीजचा नफा म्हणजे सुमारे ५०% आहे. उडीददाळीवर हा नफा ६३% आहे. अर्थात या सर्व एजन्सीजचे श्रम, गुंतवणूक आणि जोखीम यांना मोबदला मिळालाच पाहिजे; परंतु मोबदल्याचे हे प्रमाण योग्य आहे का? ते कसे आणि कोण ठरविणार? शेतकरी ते ग्राहक या साखळीतील वितरण अक्षमता, नुकसान अखेरीस ग्राहकाच्या माथी मारले जात नाही का? खाद्यान्नांच्या किंमती बाजारपेठेत सतत वाढत असतानाही शेती परवडत नाही म्हणून आत्महत्या करणारे शेतकरी का दिसतात, त्याचे उत्तर कदाचित या किंमत साखळीच्या गणितावरून लक्षात येईल. भारतातील किंमतवाढीत मध्यस्थी/व्यापारी यांची भूमिकाही तपासून पाहायला हवी.

भाववाढीची देशांतर्गत काही महत्त्वाची कारणे आपण पाहिली. जागतिक स्तरावर होणारी किंमतवाढ यापूर्वीच्या प्रकरणात समजून घेतली. महागाई जागतिक स्तरावर आहे, यात कोणाचे दुमत असणार नाही. कच्च्या तेलाच्या किंमती १२४ डॉलर्स प्रति बॅरलला इतक्या वरच्या पातळीवर पोचल्या आहेत. तेलाची आपली मागणी अलवचिक आहे. त्यामुळे त्यात घट होऊ शकत नाही. तेलाच्या भाववाढीमुळे देशांतर्गत भाववाढ अटळ आहे. जगातील अन्नधान्यांच्या किंमतीही प्रचंड गतीने व मोठ्या प्रमाणात वाढताहेत. १९९०-९१ मध्ये जागतिक स्तरावर गहू आणि तांदूळाचा साठा

मागणीपेक्षा जास्त होता. पण आता २००७-०८ मध्ये याच गव्हाचा व तांदूळाचा तुटवडा ९०-९१ च्या आधिक्यापेक्षा (Surplus) दुप्पट झाला आहे. गव्हाच्या जागतिक साठ्यात २४.६६% घट गेल्या दोन वर्षांत झाली तर तांदूळ आणि मक्याच्या साठ्यातील घट अनुक्रमे ८.३३% आणि १४.२०% आहे. भारतात कच्चे तेल, खाद्य तेल, धातू व धान्य यांची आयात होते. या सगळ्यांच्या जागतिक किंमती वाढत असल्याने भारतातील महागाई स्वाभाविकपणे वाढणार आहे. जागतिकीकरणाच्या काळात महागाईचं जागतिकीकरण असं होतंय.

याशिवाय वाढती लोकसंख्या, लोकसंख्याबहुल आशियाई देशांचे उंचावणारे उत्पन्न, धान्याचा जैविक इंधन म्हणून पर्यायी वापर यामुळे अन्नधान्याची मागणी वाढली आहे. याचबरोबर वाढत्या उत्पन्नामुळे उंचावलेल्या क्रयशक्तीने लोकांच्या आहाराचा पॅटर्न बदलत आहे. जीवनशैली बदलत आहे त्यामुळे मागणीतील कल बदलत आहे. अधिक सकस अन्नाची मागणी वाढत आहे. वाढती मागणी वाढविण्यासाठी मात्र मर्यादित जमीन उपलब्ध आहे. जमिनीतील पाण्याचा साठा कमी होत आहे. निसर्ग जास्त लहरी होऊ लागला आहे. त्यामुळे उत्पादनाची मात्रा (Quantity) आणि दर्जा (Quality) या दोघांवर नकारात्मक परिणाम होत आहे. शेतीसाठी उपयोगी असणारी जमीन, गृहबांधणी, वाणिज्य व औद्योगिक कारणांसाठी वापरली जाऊ लागली आहे. पर्यावरणातील बदलांमुळे तसेच रासायनिक खतांच्या दीर्घकाळ व भरपूर वापरामुळे जमिनीची उत्पादकता घटतेय, अन्नधान्याच्या उत्पादनाऐवजी रोख पिकांच्या (Cash Crops) उत्पादनासाठी जमिनीचा वापर वाढला आहे. या साऱ्याचा एकत्रित परिणाम म्हणजे अन्नधान्याचे उत्पादन कमी होत आहे. पुरवठा कमी होत आहे आणि किंमती वाढत आहेत.

या प्रकरणाचा समारोप करण्यापूर्वी अमेरिकेच्या सचिव श्रीमती कोंडोलिसा राईस यांच्या शोधाकडे कटाक्ष टाकायला हवा. त्यांनी म्हटले की भारत व चीन या देशातील लोक अधिक सकस आहार घेऊ लागल्याने जगात मागणी वाढू लागली आणि किंमतवाढीस ते कारणीभूत आहेत. अमेरिकेचे अध्यक्ष जॉर्ज डब्ल्यू. बुश यांनी लगेचच त्यांची री ओढली. ते म्हणाले, भारतातील मध्यमवर्गाची संख्या सुमारे ३५ लाख आहे. त्यांचे सरासरी उत्पन्न वाढत आहे म्हणून त्यांची क्रयशक्ती उंचावत आहे. त्यांची जीवनशैली सुधारत आहे आणि आहाराची शैली (Pattern)बदलत आहे. त्यांचे अन्न

उपभोगाचे प्रमाण व दर्जा सुधारत आहे. त्यांची संख्या व अन्नधान्याची मागणी अमेरिकेच्या एकूण संख्येपेक्षा जास्त आहे. परिणामत: जागतिक स्तरावर अन्नधान्याच्या किमती वाढत आहेत. आणखी एक शोध अमेरिकेच्या अध्यक्षांनी लावला. प्रगतीपथावरील भारत व चीन या दोन देशांची कच्च्या तेलाची गरज वाढली आहे आणि त्यामुळे मागणी वाढली आहे. त्याचा परिणाम म्हणून जागतिक स्तरावर खनिज तेलांच्या किमती वर जात आहेत.

वस्तुस्थिती थोडी समजून घ्यायला हवी. बुश अथवा राईस यांचे म्हणणे खोटे नाही. पण 'राईचा पर्वत' करण्याचा त्यांचा प्रकार आहे. अमेरिकेत दरडोई खाद्यान्नाचा उपयोग १०४८ किलो आहे आणि भारतात तो केवळ १७८ किलो आहे. अर्थात प्रतिवर्षी! अमेरिकेच्या केवळ १६% उपभोग घेणाऱ्या देशातील लोकांची थोडीशी मागणी वाढली तर जगाच्या अन्नधान्यांच्या किमती वाढतात हे जरा विचित्रच नाही वाटत का? २००६-०७ व २००७-०८ या दोन वर्षांत अमेरिकेतील अन्नधान्याचा खप भारतापेक्षा अधिक होता. या काळात तेथील अन्नधान्याचा खप २७.७६ कोटी टनांवरून ३१ कोटी टनांवर गेला. म्हणजे तो ११.८ टक्क्यांनी वाढला. याच काळात भारतातील अन्नधान्याचा खप १९.३१ कोटी टनांवरून केवळ २. १७%ने वाढला. अन्नधान्याच्या खपातील जागतिक सरासरी वाढ २.०६% आहे. या आकडेवारीतून अन्नधान्याच्या टचाईला भारत कारणीभूत आहे हा भ्रम दूर होईल आणि अमेरिकेलाच सर्वाधिक खायला लागते, हेही स्पष्ट होईल. खनिज तेलाचेही तसेच आहे. भारतात दर दिवशी खनिज तेलाचा वापर २० लाख बॅरल्स आहे. तर अमेरिकेत तो २ कोटी बॅरल्स इतका आहे. म्हणजेच अमेरिकेचा खनिज तेलाचा प्रतिदिन वापर भारताच्या वापराच्या दहा पट असताना तेलाच्या जागतिक किंमतवाढीसाठी भारताला जबाबदार धरणे व तसा जाहीर आरोप करणे कशाचे लक्षण मानायचे?

सारांश रूपाने मांडायचे तर भारतातील सातत्याने मोठ्या प्रमाणावर वाढणारे चलन, मोठ्या प्रमाणात येणारी विदेशी गुंतवणूक, देशातील चंगळवाद, शासनाने शेतीमालासाठी निश्चित केलेल्या वाढत्या आधारभूत किमती, सशक्त उत्पादकांनी वाढविलेल्या स्टील व सिमेंटच्या किमती, वस्तू बाजारपेठेतील (Commodity Exchange) फॉर्वार्ड ट्रेडिंग, वस्तू बाजारातील उत्पादक व ग्राहक यातील अंतर आणि अपुरी संपर्क यंत्रणा, कच्च्या तेलाच्या वाढत्या किमती, वाढत्या उत्पन्नामुळे आहारात झालेला बदल, मक्याचा जैविक इंधनासाठी होणारा वाढता वापर आणि घसरते

अन्नधान्याचे उत्पादन व साठा यामुळे गेल्या २-३ वर्षांत सर्वत्र महागाई पसरू लागली आहे. पण यातही एक बाब लक्षात घ्यायला हवी की किंमतवाढीसाठी मागणीतील वाढीपेक्षा पुरवठ्यातील मर्यादा हा घटक प्रकर्षाने जाणवतो. त्यामुळे असे म्हणतात की हे Inflation, demand pull कमी आहे. त्यासाठी Supply Constraints कारणीभूत आहेत.

नेमके कारण समजले तर योग्य उपाय करता येतात. भारताने या महागाईवर कोणती उपाययोजना केली ती पुढील प्रकरणात पाहू.

□

प्रकरण ५

भारताची उपाययोजना

भाववाढीच्या कारणांबद्दल अनेकांची भिन्न भिन्न मते असली तरी महागाई आहे, ती वाढतेय आणि ती वेळीच थोपवायला हवी यावर मतैक्य दिसते. किंमतवाढीचे चटके सामान्य माणसाला लवकर आणि जास्त बसतात, तो त्यात होरपळतो आणि मतांसाठी का होईना राजकारण्यांना आणि राज्यकर्त्यांना त्याची दखल घ्यावी लागते. विरोधी पक्ष शासनविरोधात त्याचे भांडवल करतात तर राज्यकर्त्यांना त्यावर उपाय करावे लागतात. किमानपक्षी उपाय केल्यासारखे दाखवावे तरी लागते. भारतीय शासनाने महागाई रोखण्यासाठी खालील उपाय योजले आहेत.

मौद्रिक उपाय – monetary measures

किंमतवाढ ही मागणी वाढल्याने होते. मागणी वाढण्यासाठी अर्थव्यवस्थेतील पैशाचा पुरवठा कारणीभूत होतो. म्हणून भाववाढ रोखण्यासाठी अर्थव्यवस्थेतील पैसा कमी करायला हवा हा पारंपरिक विचार मौद्रिक उपाय म्हणून वापरला जातो. पैसा दोन प्रकारचा असतो. एक शासनाने मध्यवर्ती बँकेमार्फत छापलेल्या नोटा व पाडलेली नाणी आणि दुसरा म्हणजे बँकांनी पतपुरवठ्याद्वारे (कर्ज देऊन) निर्माण केलेला पैसा ! मध्यवर्ती बँकेकडे ह्या दोन्ही प्रकारचा पैसा कमी करण्यासाठी काही साधने आहेत ज्यात रोख राखीव निधीचे (cash reserve ratio) प्रमाण, व्याज दर, वैधानिक रोखता प्रमाण (S L R) रेपो व रिव्हर्स रेपो इत्यादींचा समावेश होतो.

सामान्यत: महागाई जगात कोठेही वाढली आणि कधीही वाढली तरी प्रथम सर्व देशात मौद्रिक उपाययोजना सुरू केली जाते. तशीच ती भारतातही करण्यात आली. डिसेंबर २००६ मध्ये C R R मध्ये ०.५% वाढ केली. १७ एप्रिल २००८ रोजी अचानक रिझर्व्ह बँकेने रोख राखीव निधी (C R R) चे प्रमाण आणखी अर्ध्या टक्क्याने वाढवून ८% केले. वास्तविक त्यानंतर ८/१० दिवसांतच रिझर्व्ह बँकेचे वार्षिक मुद्रा धोरण जाहीर व्हायचे होते. ते दि. २९-४-०८ रोजी जाहीर झाले आणि त्यात हे प्रमाण पुन्हा ८.२५% पर्यंत वाढविण्यात आले. थोडक्यात १२ दिवसांत रोख राखीव निधीचे प्रमाण ७.५०% वरून ८.२५% गेले. त्यामुळे बँकांकडे असणाऱ्या मागणी व मुदत देण्यापैकी (Demand and time liabilities)

८.२५% इतकी रक्कम रोख स्वरूपात सर्व बँकांनी रिझर्व्ह बँकेकडे ठेवणे अनिवार्य झाले आहे. याचाच अर्थ बँकांजवळील रोखता रिझर्व्ह बँकेने शोषून घेतली. रोख राखीव निधीच्या पहिल्या दरवाढीने सुमारे १३००० कोटी रुपये व २००८ मधील वाढीने सुमारे १८००० कोटी रुपये बँकांकडून रिझर्व्ह बँकेकडे जाणे अपेक्षित होते. याचा परिणाम म्हणजे कर्ज देण्यासाठी बँकांकडे कमी पैसे उरतील, कर्जवाटप कमी होईल, त्यामुळे लोकांकडील पैसा कमी होईल, त्यांची क्रयशक्ती वाढणार नाही, वस्तूंसाठी बाजारातील मागणी वाढणार नाही आणि त्याद्वारे किंमतवाढीचा वारू रोखला जाईल.

सैद्धान्तिक पातळीवरून हे निश्चितच बरोबर आहे. परंतु सध्याची भारतातील महागाई, अर्थमंत्री म्हणतात त्यानुसार, पुरवठ्यातील असंतुलनाने आणि जागतिक किंमतवाढीचा स्वाभाविक परिणाम म्हणून (इंग्रजीत ज्याला Supply responses आणि इंपोर्टेड इन्फ्लेशन म्हणतात) असेल तर मागणी कमी करून त्यावर नियंत्रण कसे आणि किती आणता येईल? देशातील पैसा कमी करून कच्च्या तेलाच्या किंमती कशा कमी होतील? ऑस्ट्रेलियातील गव्हाचे भाव कसे कमी होतील? किंवा शिकागोच्या बाजारपेठेवर ह्याचा कसा परिणाम होईल?

मुद्रा धोरणाचा आणखी एक उपाय म्हणजे व्याज दरात वाढ करणे. असे केले की बँका देत असलेली कर्जें महाग होतात. त्यामुळे कर्जाला कमी मागणी येते, बँकांची कर्जें कमी दिली जातात, पैशाचा पुरवठा त्यामुळे कमी होतो, बाजारातील वस्तूंची मागणी घटते व वस्तूंच्या किंमतीवरील ताण हलका होतो. या कारणाने २९।४।०८ पूर्वी अनेक अर्थतज्ज्ञांनी व्याजदर वाढीची शक्यता वर्तवली होती. किंबहुना काहींनी तशी शिफारसही केली होती. रिझर्व्ह बँकेने तसा निर्णय अद्याप तरी घेतला नाही. ते एका अर्थाने योग्यच झाले. मुळात म्हणजे आत्ताची महागाई ही Demand Pull नाही. त्यामुळे मागणी कमी करून भाववाढ रोखण्यात फार काही साधेल असे नाही. उलट त्याचा विकासावर नकारात्मक परिणाम होऊ शकतो. व्याजदर वाढले की व्याजाचा खर्च वाढतो, म्हणून वस्तूंचा एकूण परिव्यय (Cost) वाढतो म्हणून किंमतवाढ अपरिहार्य होते. दुसरा व्याजदर वाढीचा परिणाम म्हणजे व्याजदर वाढीमुळे विदेशी गुंतवणूकदारांना त्यांच्या गुंतवणुकीवर परतावा जास्त मिळू शकेल असे वाटल्याने ते आकर्षित होतात, त्यांची भारतातील गुंतवणूक वाढते, विदेशी चलन भारतात आल्यावर रिझर्व्ह बँकेला देशात अधिक पैसा वितरित करावा लागतो, त्यामुळे चलनवृद्धी

होऊ शकते, त्यामुळे क्रयशक्ती वाढते, मागणी वाढते आणि परिणाम म्हणून पुन्हा महागाई भडकते. थोडक्यात भाववाढ रोखण्यासाठी योजलेला व्याजदर वाढीचा हा उपाय आपल्या उद्देशालाच पराभूत करतो (Self defeating) भारतात या उपायाचा अवलंब केला नाही हे चांगले! कर्जव्याज दर वाढल्याने उद्योगांना कर्ज घेणे महाग होते व नवीन उद्योग सुरू करणे किंवा असलेल्या उद्योगांचा विस्तार करणे जोखमीचे वाटते. औद्योगिक व आर्थिक विकासाला हा निर्णय मारक ठरू शकतो. किंमतवाढीच्या काळात औद्योगिक विकासातील असा अडथळा माल पुरवठ्यात घट आणू शकतो. पुरवठा कमी झाला तर पुन्हा किंमतवाढ होणे अपरिहार्य आहे. भारताने योजलेले मौद्रिक उपाय परिशिष्ट ३ मध्ये संक्षेपाने दिले आहेत.

२. राजकोषीय उपाय (Fiscal Mesures)

वस्तू व सेवांची बाजारातील किंमत = एकूण खर्च + कर + नफा अशा सूत्राने ठरते. किंमतवाढ रोखण्यासाठी म्हणून वस्तूंचा खर्च (cost) कमी व्हायला हवा, उद्योजकांचा नफा वाजवी राहिला पाहिजे तसेच करांचा बोजाही हलका व्हायला हवा. शासन आयातीवर, उत्पादनावर, विक्रीवर विविध कर आकारत असते. महागाई वाढत असताना एक तत्कालिक व तातडीचा उपाय म्हणून भारत शासनाने कर-कपातीचा मार्ग चोखाळला आहे. खाद्या तेलं व इतर आवश्यक वस्तूंवरील (essential commodities) आयातशुल्क कमी करणे हा त्याचाच एक भाग! आयातशुल्क कमी झाले की आयात स्वस्त होईल. भारत सरकारने कच्च्या पाम तेलाच्या आयातीवरील शुल्क माफ केले तसेच रिफाईन्ड पाम तेलाच्या शुल्कात २.५% पर्यंत कपात केली. म्हणून आयात जास्त होईल, त्यामुळे देशातील पुरवठा वाढेल ही त्यामागची कल्पना. परंतु प्रत्यक्षात करातील अशी कपात वस्तूंची किंमत कमी होण्यात परावर्तित होते का? त्याचा फायदा ग्राहकांपर्यंत पोचतो का? सुमारे एक दशकापूर्वी भारताच्या सर्वोच्च न्यायालयाने एक निकाल देताना Doctrine of unjust enrichment (अवैध श्रीमंतीचे तत्त्व) सांगितले होते. शासनाने केलेली करातील कपात, उत्पादक स्वत:च्याच खिशात कशी टाकतात यासंदर्भात हे तत्त्व आहे. त्यामुळे किंमतवाढ रोखण्यासाठी केवळ आयात शुल्कात कपात करून भागणार नाही, तर शासनाने त्या कपातीचा फायदा ग्राहकांपर्यंत पोहोचविण्याची यंत्रणा उभी करणे आवश्यक आहे. त्यासाठी काही विशेष पावले शासनाने आता तरी उचललेली दिसत नाहीत.

दुसरं म्हणजे भारतात पाम तेलाची आयात मलेशिया, इंडोनेशिया अशा देशातून होते. यापूर्वी जेव्हा जेव्हा पाम तेलावरील आयात (शुल्कात भारताने कपात केली होती तेव्हा या निर्यातदार देशांनी त्यांच्या निर्यात) शुल्कात (export duty) वाढ केली, त्या देशांची निर्यात शुल्क वाढविल्यामुळे भारताने आयात शुल्क कमी करूनही भारतात येणारे पाम तेल स्वस्त झाले नाही असा अनुभव आहे. थोडक्यात आयात शुल्कातील भारतीय शासनाने केलेल्या कपातीचा फायदा ग्राहकांना मिळण्यासाठी (म्हणजेच भाववाढ कमी होण्यासाठी) खालील अडथळे कायम राहतात—

१. निर्यातदार देशांनी निर्यात शुल्कात वाढ करणे

२. निर्यातदारांनी वस्तूंच्या किंमती वाढविणे

३. देशातील आयातदर व्यापाऱ्यांनी कमी झालेल्या आयात शुल्काचा लाभ स्वत:च्या खिशात टाकणे.

भारताने कमी केलेल्या आयात शुल्काचा लाभ मलेशिया, इंडोनेशिया या देशांच्या सरकारांना (निर्यात शुल्क वाढवून) किंवा तेथील शेतकऱ्यांना (तेलाच्या किंमती वाढवून) घेता येईल. देशातील किंमती कमी करण्यासाठी या अडथळ्यांवर मात करावी लागेल.

महागाई नियंत्रणाचा दुसरा उपाय निर्यातबंदीचा! भारताने हा उपाय स्वीकारला आहे. जीवनावश्यक वस्तूंवर निर्यातबंदी लागू करून तसेच निर्यातशुल्क वाढवून/ लावून शासन देशातील उपलब्ध वस्तू देशातच राहतील याचा प्रयत्न करू शकते. त्यांची निर्यात झाली तर देशातील पुरवठ्यासाठी वस्तू कमी शिल्लक राहतील व किंमतवाढ होईल. या पार्श्वभूमीवर काही खाद्यान्नांवरील निर्यात बंदीची स्थिती व परिणाम तपासून पाहता येतील. प्रथम तांदूळ निर्यातबंदी घेऊ. तांदळाच्या किंमती कमी करण्यासाठी उपाय म्हणून सरकारने बासमती तांदूळ वगळता इतर सर्व प्रकारच्या तांदुळाच्या निर्यातीवर बंदी घातली आहे. वास्तविक भारत हा मोठ्या प्रमाणावर तांदूळ निर्यात करणारा देश नाही. भारतातून प्रामुख्याने 'बासमती' या विशेष प्रकारच्या तांदुळाची निर्यात होते. तो तांदूळ महागडा म्हणून प्रसिद्ध आहे. बिगर बासमती तांदुळाची होणारी निर्यात अगदीच कमी आहे. निर्यातबंदीचा निर्णय घेण्यापूर्वी शासनाने चाळीस रुपयांपेक्षा कमी दराने तांदूळ निर्यात करू नये असा निर्बंध लादला होताच. त्यामुळे बिगर बासमती तांदुळाची निर्यात तेव्हाच ठप्प झाली होती. आता निर्यातबंदीतून बासमती तांदूळ वगळला आहे. त्यामुळे या निर्यातबंदीने काय साधेल हा प्रश्नच आहे. कोणत्या तांदुळाची निर्यात नव्याने कमी होईल? जर बासमती तांदुळाची निर्यात

कमी झाली तर तो महागडा उपलब्ध तांदूळ भारतात खरेदी करणे सामान्य ग्राहकास परवडणारे आहे का? बासमती तांदुळाची निर्यात टनाला १२०० डॉलर्सपेक्षा कमी किंमतीला न करण्याचा शासनाचा फतवासुद्धा किती परिणाम साधेल? कारण ह्या निर्णयापूर्वी बासमती तांदुळाची निर्यात सुमारे १३०० डॉलर्स प्रतिटन या दराने होत होती.

दुसरे निर्यातबंदी असलेले धान्य म्हणजे गहू! गव्हाच्या निर्यातीवर बंदी घातली आहे. भारत हा गहू निर्यात करणारा देश नाही. गेली दोन वर्षे भारत गव्हाची आयात करून सार्वजनिक वितरण व्यवस्थेसाठी लागणारा गहू उपलब्ध करून देत आहे. अशा स्थितीत आत्ता गव्हाच्या निर्यातबंदीने काय साधेल? डाळींच्या निर्यातबंदीची कथा फार वेगळी नाही. वास्तविक त्यांच्या निर्यातीवर एका वर्षापूर्वीच बंदी घातली आहे. आता नव्याने घोषणा करून आणखी वेगळे काय होणार? थोडक्यात निर्यातीद्वारा भारतातून तांदूळ, गहू, डाळी मोठ्या प्रमाणात देशाच्या बाहेर जातच नव्हत्या. त्यांच्या निर्यातीवर पूर्वीच काही बंधने आणली होती त्याची पुन्हा घोषणा केली आहे. जी काही थोडी निर्यात होत असेल ती बंद करून जागतिक बाजारपेठेतील आपला नगण्य हिस्सा आणखी कमी होईल. दीर्घकालीन निर्यातीवाढीसाठी त्याने अडचण उद्भवू शकते. कारण जगातील खरेदीदार कालांतराने पुन्हा मिळविणे तसे सोपे नसते.

३. इतर उपाय

सार्वजनिक वितरण व्यवस्थेच्या (रेशन दुकाने) माध्यमातून गहू, तांदूळ यांची विक्री करण्याचा मानस शासनाने व्यक्त केला आहे. ही वितरण व्यवस्था अस्तित्वात आहेच पण ती अधिक सक्षम व पारदर्शी करून कमी किंमतीमध्ये गहू व तांदूळ सामान्य गरीब जनतेला उपलब्ध करून देण्याचा हा प्रयत्न निश्चितच चांगला आहे. अर्थात शासनाने सबसिडी दिलेले हे धान्य काळाबाजार करून पुन्हा खासगी बाजारपेठेत वळविले जाणार नाही याकडे लक्ष द्यावे लागेल. तसेच सध्या अत्यंत अक्षम असलेली सार्वजनिक वितरण व्यवस्था सक्षम करावी लागेल. ते लगेच शक्य होईल का? शासनाने जीवनावश्यक वस्तूंचा कायदा (Essential Commodities Act) अधिक सक्षमपणे राबविण्याची सुरुवात केली आहे. साठेबाजांवर कारवाई करून गैरकानूनी साठा वितरणासाठी उपलब्ध करून दिला जात आहे. त्यामुळे पुरवठा सुधारेल व किंमतीवरील दबाव कमी होण्यास मदत होईल. अर्थात, यात निष्पाप व्यापारी भरडले जात नाहीत व भ्रष्टाचाराला प्रोत्साहन

मिळत नाही ना, याकडे लक्ष पुरवावे लागेल.

एप्रिलच्या शेवटी रेल्वेमंत्री श्री. लालूप्रसाद यादव यांनी राज्यसभेत सांगितले की गव्हाच्या वाहतुकीसाठी खासगी व्यापाऱ्यांना रेल्वेची सेवा उपलब्ध करून दिली जाणार नाही. असे केल्याने शासनाची गव्हाची खरेदी (Government Procurement of wheat) पूर्ण होईल. त्यामुळे देशात पुरेसा धान्यसाठा उपलब्ध झाल्याची खात्री समाजाला येईल व किंमती नियंत्रणात राहतील. वास्तविक असा निर्णय बरोबर आहे का? देशात ७५ दशलक्ष टन गहू उत्पादित झाल्याची माहिती कृषी मंत्रालय देत आहे आणि शासनाचे गहू खरेदीचे लक्ष्य केवळ १५ दशलक्ष टनांचे आहे. अशा स्थितीत ६० दशलक्ष टन गव्हाची वाहतूक रेल्वेने करू न देणे शहाणपणाचे आहे का? रेल्वेची वाहतूक स्वस्त आहे, जलद आहे. परंतु रेल्वेद्वारे वाहतुकीस मज्जाव केला तर शेतकरी व व्यापारी वर्गाला अन्य मार्गाने वाहतूक करावी लागेल. ती अधिक खर्चिक आहे. सबब गव्हाच्या किंमती वाढणार नाहीत का? थोडक्यात किंमतवाढ रोखण्यासाठी रेल्वे वाहतूक नाकारण्याचा हा प्रकार उपाय न राहता किंमतवाढीच्या आगीत तेल ओतण्यास कारणीभूत ठरू शकतो. शेतकऱ्यांच्या हितालाही त्याने बाधा येईल. गव्हाचे उत्पादन आहे पण योग्य बाजारपेठेपर्यंत गहू पोचविता येत नाही अशा स्थितीत शेतकऱ्यांना योग्य भाव न मिळणे, साठवणुकीची व्यवस्था करणे इत्यादी कारणांनी नुकसानच होईल. गहू उपलब्ध असूनही त्याला बाजारपेठ मिळणार नाही. हे धोरण Self defeaing होऊ शकते. याशिवाय वाणिज्य मंत्रालयानेही जाहीर केले आहे की शासनाची अन्न महामंडळाद्वारे (Food corporation of India) गव्हाची खरेदी सुकर करण्यासाठी खासगी गहू खरेदीवर बंदी आणण्यासही शासन कचरणार नाही.

शासनाचे वरील सर्व उपाय तातडीचे व तत्कालिक आहेत. आयात शुल्कात कपात, निर्यातबंदी, सार्वजनिक वितरण व्यवस्थेवर भर, धान्यसाठ्यांवर निर्बंध, खासगी व्यापाऱ्यांना वाहतुकीसाठी रेल्वेची सुविधा न पुरविणे आणि गव्हाच्या खासगी खरेदीवर निर्बंध लादण्याचा विचार जाहीर करणं यांना प्रसिद्धीमूल्य जरूर आहे. शासन काही पावले उचलीत आहे अशी हवा तयार करण्यास ते सर्व उपयोगी आहेत पण याने भीती पसरायला नको. शासनाने ती काळजी घेतली पाहिजे. शिवाय या साऱ्या उपायांनी तात्पुरती मलमपट्टी होईल कदाचित पण कायमचा उपाय सापडेल, असे नाही.

शासनाने काय करायला हवे ते पुढच्या प्रकरणात पाहू.

□

याकडेही लक्ष हवे

जगात खनिज तेलाच्या व अन्नधान्याच्या किंमती वाढत आहेत आणि म्हणून भारतात महागाई वाढतेय हे एकच पालुपद गेले काही महिने शासकीय स्तरावरून आळविले जात आहे. या वाक्यातील पहिला भाग शब्दशः खरा आहे. पण दुसरा भाग तितकासा बरोबर नाही. जगात अन्नधान्याच्या किंमती वाढत असतीलही परंतु भारत जर खाद्यान्नाबाबतीत स्वयंपूर्ण असता तर ती किंमतवाढ आपल्याला आयात करायला लागली नसती. किंबहुना भारतातील सुपीक जमीन, पुरेसा व वेळेवर येणारा पाऊस, निम्म्यापेक्षा जास्त जनतेचे शेतीवर अवलंबित्व, हे सारे सकारात्मक घटक भारतास कृषी उत्पादनांचा निर्यातदार देश करण्यास पुरेसे आहेत. तसे झाले असते तर उलट जगातल्या चढत्या किंमतीचा भारतास निर्यातीसाठी पुरेपूर फायदा घेता आला असता; किमानपक्षी अन्य गरीब देशांतील जनतेला अन्न पुरविण्याचे 'पुण्य' तरी गाठी बांधता आले असते. परंतु भारतीय शासनाने कृषिक्षेत्राच्या उत्पादकतेकडे, उत्पन्नाकडे संपूर्ण दुर्लक्ष केलेले दिसते.

भारताच्या पंतप्रधानांना भारतीय अर्थव्यवस्थेतील शेतीक्षेत्राचं महत्त्व चांगलंच समजतं. दिल्ली येथील Global Agro Industries Forum मध्ये भाषण करताना ते म्हणाले, "The non-farming economy cannot prosper on the back of an impoverished farm sector. Hence we need creative and imaginative solutions that increase agricultural productivty, that increase farm incomes, that increase food production and at the same time also contribute to greater purchasing power in the hands of the poor."

कळतं पण वळत नाही म्हणतात ते हेच का? या सगळ्यासाठी पंतप्रधान म्हणून कोणता प्रस्ताव त्यांनी ठेवला? काय कृती केली?

भारताच्या स्थूल देशांतर्गत उत्पादनात (GDP at factor cost at current prices) शेतीचा हिस्सा केवळ १८.५% च्या आसपास आहे. १९५०-५१ मध्ये हे प्रमाण ५५% च्या जवळ होते. याचा अर्थ शेतीचा हिस्सा गेल्या साडेपाच दशकांत घटत जाऊन ५०-५१ च्या केवळ १/३ राहिला. आणि सुमारे ७०% जनतेचे अवलंबित्व मात्र शेतीवरच राहिले. थोडक्यात ७०%

जनता देशाच्या एकूण उत्पादनात केवळ १८.५% इतके योगदान देते. किती व्यस्त गणित आहे हे!

१९८० च्या दशकातील तेलबियांचा कार्यक्रम, त्यानंतरचा कडधान्याचा कार्यक्रम, याद्वारे कृषीविकास साधला होता. दूध व दूधजन्य पदार्थांसाठी श्वेतक्रांती (White Revolution) चा कार्यक्रमही राबविला होता. हरितक्रांती (Green Revolution) आजही भारतीयांच्या स्मरणात आहे. परंतु १९९०-९१ पासून आमच्या देशातील शासनाने जागतिकीकरणाच्या मंत्राचा महागजर सुरू केला. नवीन आर्थिक धोरणं स्वीकारली. त्यात उद्योग आणि सेवा क्षेत्राला महत्त्व दिलं. निर्यातिभिमुख धोरणं राबिवली. परकीय चलन गंगाजळी वाढविली तर त्यातून अन्नधान्याची आयात करता येईल आणि अन्नसुरक्षेचा प्रश्न (food security) सोडवता येईल अशी भूमिका स्वीकारली.

शेती उत्पादनात 'मूल्यवृद्धी' (Value addition) झाली पाहिजे याचा सोयीचा अर्थ काढून प्राथमिक शेती उत्पादनांऐवजी रोख पिकांच्या (cash crops) उत्पादनावर भर दिला. शेतीची उत्पादकता दुर्लक्षित राहिली. चीनमध्ये १० कोटी हेक्टर इतकी जमीन शेतीची आहे. ह्यातून चीन ४० कोटी टन्स इतके धान्य पिकवितो. या पार्श्वभूमीवर भारताच्या शेतीची उत्पादकता किती? आपल्याकडे १६ कोटी हेक्टर जमीन शेतीखाली आहे. पण त्यातून धान्याचे उत्पादन केवळ १०.८ कोटी टन्स होते. चीनमध्ये सरासरी एका हेक्टर शेतीतून ४ टन्स धान्य पिकते तर भारतात एका हेक्टर जमिनीतून सरासरी फक्त ०.६७५ टन्स धान्याचे उत्पादन होते. चीनच्या शेतीची उत्पादकता भारताच्या शेतीच्या सुमारे सहा पट आहे. खाद्यान्नाचा पुरवठा कमी होण्याचे हे एक मोठे कारण आहे.

विविध पिकांसाठीची भारताची अत्यंत कमी उत्पादकता खालील तक्त्यावरून लक्षात येईल. (आकडे सरासरी प्रतिहेक्टरी किलोग्रॅममध्ये)

पीक	भारत	अन्य देश	
तांदूळ	१७५६	उत्तर कोरिया	५४७५
गहू	२११७	नेदरलँडस	७७१६
मका	१६०६	ग्रीस	९०९१
सोयाबीन	८०४	झिम्बाब्बे	३४५३
भुईमूग	९२९	इस्रायल	४६००
बटाटे	१५,८१७	बेल्जियम	४५,३४९
ऊस	६५,३८२	पेरू	१,३५,४४८

(स्रोत– Strengthen Agriculture Sector, Where is surplus foodgrain? Dr. Vinod Metha- www.rediff.com/money/inflation.html)

भारताच्या २००८ च्या आर्थिक सर्व्हेक्षणानुसार खाद्यान्नांच्या उत्पादनवाढीचा दर १९९० ते २००७ या काळात घसरत गेला आणि गेल्या वर्षी तो केवळ १.२% इतका होता. याच कालखंडात लोकसंख्यावाढीचा सरासरी वार्षिक वेग १.९% आहे. खाद्यान्नांच्या उत्पादनात १.२% वाढ आणि लोकसंख्येत १.९% वाढ असेल तर दरडोई अन्नधान्याची उपलब्धता कमी होणारच. तृणधान्यांचा दरडोई उपभोग १३% ने घटून ४१२ ग्रॅम दरदिवशी झाला तर कडधान्यांचा दरडोई उपभोग ३५% ने घटून ४२ ग्रॅम झाला. जागतिकीकरणानंतर शासनाचे शेतीक्षेत्राकडे दुर्लक्ष झाले. त्याचा परिणाम म्हणून शेतीतील गुंतवणूक (विशेषत: जलसिंचन) स्थूल राष्ट्रीय उत्पादनाच्या (GDP) केवळ ०.४% या पातळीवर गेली चार वर्षे स्थिर आहे.

एकूण स्थूल देशांतर्गत उत्पादनाच्या प्रमाणात शेतीतील गुंतवणूक

Investment in Agriculture to Total GDP.

(१९९०-०० च्या किंमती,   GDP शी शेकडा प्रमाण)

वर्ष	सार्वजनिक क्षेत्र	खासगी क्षेत्र	एकूण
२००२-०३	०.४	२.१	२.५
२००३-०४	०.४	१.८	२.२
२००४-०५	०.४	१.८	२.२
२००५-०६	०.५	१.८	२.३
दहाव्या पंचवार्षिक योजनेतील वर्षे	०.४	१.९	२.३

स्रोत दृष्टिक्षेपात कृषि मंत्रालय (२००७)

खासगी क्षेत्रातून होणारी शेतीतील गुंतवणूकही वाढताना दिसत नाही. त्यामुळे शेती क्षेत्रातील एकूण गुंतवणूक त्याच पातळीवर गेली चार वर्षे कायम आहे. शेती उत्पादनात वाढ न होण्याचे हेही एक कारण आहे.

औद्योगिकीकरणाद्वारे विकास ही आमची प्राथमिकता झाल्यामुळे शेतजमिनींचे उद्योगांसाठी हस्तांतरणाचे समर्थन करण्यास सुरुवात झाली. विशेष आर्थिक

क्षेत्राच्या धोरणात (SEZ) तर खासगी विकासकांद्वारे औद्योगिक वसाहतींची उभारणी सुरू झाली. त्यासाठी लागणाऱ्या जमिनी शासनाच्या मदतीनेच हस्तांतरित करण्याचा सपाटा सुरू झाला. गेल्या दोन वर्षांत सुमारे ७०० SEZS मंजूर झाले. हजारो हेक्टर्स जमीन उद्योगांसाठी खरेदी झाली. सुपीक व भरपूर पाण्याच्या जमिनीसुद्धा या ना त्या कारणाने (रहिवासी, वाणिज्य व औद्योगिक बांधकामे) शेतीपासून दूर होऊ लागल्या. शेतीवर अवलंबून असलेली लोकसंख्या कमी झाली पाहिजे, असा आग्रह खुद्द कृषिमंत्री धरू लागले. परिणामत: कृषीवरील विश्वास कमी होऊ लागला. शेतीसाठी मुबलक पाणीपुरवठा, योग्य बियाणं, किमान रासायनिक खतांचा वापर, पारदर्शी शेतमालाची किंमत यंत्रणा, सक्षम शासकीय खरेदी व्यवस्था, शेतीमालाच्या विक्रीची योग्य व्यवस्था, शेतीमालाच्या साठवणुकीची आणि वाहतुकीची सक्षम व अल्पदरातील सुविधा यासाठी कोणत्याच पक्षाच्या शासनाने १९९१ पासून दीर्घकालीन धोरण राबविले नाही. त्याची कडू फळे आता सुमारे १६-१७ वर्षांनंतर येऊ लागली आहेत. आपण स्वयंपूर्ण देश न होता आयातदार देश व्हायचे आणि जगात अन्न-धान्यांच्या किंमती वाढल्या म्हणून देशात किंमती वाढत आहेत असा कांगावा करून आपल्या चुकीवर पांघरूण घालायचे असा हा उरफाटा प्रकार आहे. क्षमता असताना शेतीक्षेत्राचा विकास न करणे हा आपला करंटेपणा आता आपण भोगत आहोत.

शेतीची उत्पादकता कमी होणे, शेतीचे क्षेत्र इतर बाबींसाठी वापरात येणे, योग्य कृषिधोरणाचा अभाव याहूनही अन्नधान्य टंचाईला आणखी एक गोष्ट कारणीभूत झाली, ती म्हणजे पिकांच्या कापणीनंतर वाया जाणारे धान्य! अकराव्या नियोजन मंडळाच्या अहवालानुसार कापणीनंतर वाया जाणारे खाद्यान्न प्रतिवर्षी जवळपास दोन कोटी टन्स म्हणजेच एकूण उत्पादनाच्या १०.५% इतके आहे. ही उधळपट्टी अथवा निष्काळजीपणा भारतासारख्या गरीब देशास परवडेल का? आयातवृद्धी, निर्यातबंदी अशा महागड्या उपायांपेक्षा ही गळती थांबवता आली तर पुरवठा वाढून किंमती कमी होणार नाहीत का? यासाठी साठवणूक व वाहतूक यांची योग्य व्यवस्था उपलब्ध करून देण्यावर भर द्यायला हवा.

प्रगत देश जैविक इंधन निर्मितीसाठी मक्यासारख्या धान्याचा वापर करीत आहेत, त्यामुळे खाद्यान्न म्हणून मक्याची टंचाई निर्माण झाली आहे

व त्यातून किंमती वाढत आहेत असा एक दुसरा दावा शासन करते. मानवी भूक भागविण्याऐवजी इंधन निर्माण करण्यासाठी धान्य वापरणे म्हणजे जगातील गरीब अर्धपोटी जनतेची थट्टा आहे, असे भावनिक विधानही आपण ऐकतो. अमेरिका, कॅनडा आणि युरोपातील देश जैविक इंधन निर्मितीत अग्रेसर आहेत. अगदी व्यावहारिक पाळीवर विचार करायचा तर ते देश गहू, तांदूळ, मका इत्यादी खाद्यान्न आपल्या देशात पुरेशा प्रमाणात पिकवत आहेत, त्याबाबत ते स्वयंपूर्ण आहेत. आपण स्वत: स्वयंपूर्ण व स्वालंबी न बनता त्यांच्याकडून धान्य आयात करायचे आणि त्यांनाच उपदेशाचे डोस पाजायचे हे कितपत संयुक्तिक आहे? त्यांनी उत्पादित केलेल्या धान्यांचा त्यांनी कसा उपयोग करावा तो त्यांचा अधिकार आहे. ते त्यांनी खावे, जाळून टाकावे, समुद्रात फेकावे, त्याची निर्यात करावी, ते फुकट मदत म्हणून द्यावे की इंधन निर्मितीसाठी वापरावे याबाबत बोलणारे आपण कोण? खरं तर खनिज तेलाची मागणी सतत वाढत आहे. पुरवठा अनिश्चित आहे. त्यामुळे खनिज तेलाच्या किंमती भरमसाट वाढत आहेत. अशा स्थितीत कोणी पर्यायी इंधन तयार करत असेल तर त्याचे स्वागत करायला हवे. त्याने केवळ इंधनाची किंमत जगभरात कमी होईल असे नाही तर प्रदूषण कमी करून पर्यावरणाचे रक्षणही होईल आणि गरीब अर्धपोटी उपाशी जनतेचे म्हणाल तर भारत हा धान्य उत्पादनात स्वयंपूर्ण होऊ शकत असतानाही धान्य आयात करणारा देश बनला, तसेच त्याने धान्याच्या निर्यातीवर बंदी घातली. यामुळे गरीब आफ्रिकेतील जनतेला अन्नापासून वंचित ठेवल्याचा त्यांनी आपल्यावर आरोप केला तर तो असमर्थनीय आहे का?

भारताच्या २००८ च्या अंदाजपत्रकात अर्थमंत्र्यांनी ६०,००० कोटी रुपयांची शेतीची कर्जे माफ करण्याचे ठरविले. इतक्या मोठ्या रकमेचा बोजा शासनाने उचलण्याची तयारी केली असेल तर खरं म्हणजे कर्जमाफीपेक्षा कर्ज परत फेडीसाठी ५-७ वर्षांची मुदत देता आली असती. या काळात कर्जावर व्याजही लावले नसते तर शेतकऱ्यांचा कर्ज परतफेडीचा ताण कमी झाला असता. (Instead of Debt waiver postponement of repayment of loan) आणि हे साठहजार कोटी रुपये शेती विकासासाठी वापरायला हवे होते. उत्तम बियाणे, चांगले जलसिंचन, पुरेशी वीज, माल वितरणाची सक्षम व्यवस्था अशा कितीतरी बाबींसाठी ही रक्कम वापरता आली असती. ६०,००० कोटी रुपये ही लहान रक्कम नक्कीच नाही. त्याच्या योग्य

वापराने शेतीची उत्पादकता व उत्पन्न ५-७ वर्षांत वाढू शकले असते आणि शेतकऱ्यांनी त्या वाढीव उत्पादनातून कर्जेही फेडली असती; परंतु लोकप्रिय घोषणेतून राजकीय लाभ उठवणे आणि दीर्घकालीन जबाबदारी स्वीकारायची तयारी नसणे या अनेक वर्षे चालू असलेल्या सवयीचा याही वेळेस प्रत्यय आला.

शासनाने सार्वजनिक वितरण व्यवस्था सक्षम करणे आणि साठेबाजांवर कारवाई करणे यांचाही वापर सुरू केला आहे. कदाचित या दोन उपायांचा काही ताबडतोब परिणाम होईलही. निदानपक्षी, जनतेला मानसिक समाधान नक्की मिळेल. परंतु चीनचा अनुभव समोर हवा. चीनमध्ये महागाई आहे. ती वाढते आहे. भारत आणि चीन यांच्या आर्थिक धोरणात फरक आहे. मुळात ती साम्यवादी अर्थव्यवस्था आहे. शासनाचाच हस्तक्षेप मोठा आहे. जवळपास सर्वच आर्थिक गतिविधी शासनाच्याच ताब्यात आहेत. सार्वजनिक वितरण व्यवस्था लागू आहेच. अशी भरपूर बंधने असूनही तिथली महागाई चीनला रोखता आली का? फेब्रुवारी २००८ मध्ये तेथे गत १२ वर्षांतील सर्वांत जास्त म्हणजे ८.७% इतका भाववाढीचा वेग होता. भारतापेक्षा सदर दर बराच जास्त आहे. याचा अर्थ सार्वजनिक वितरण व्यवस्था व साठेबाजांवर कारवाई किंवा अन्य बंधने या उपायांनी महागाईवर कदाचत तात्पुरता तोडगा निघेल; पण दीर्घकालीन परिणामांसाठी हा उपाय कुचकामी आहे.

थोडक्यात अन्नधान्यांच्या भाववाढीवर रामबाण मार्ग म्हणजे खाद्यान्नाबाबत आपल्या देशाची स्वयंपूर्णता, स्वावलंबन! अर्थव्यवस्थेतील कृषी क्षेत्राच्या सहभागाचे योग्य मूल्यमापन, त्याकडे पुरेसे लक्ष, पुरेसा निधी पुरवठा, योग्य योजनांची आखणी व अंमलबजावणी यातून स्वयंपूर्णतेकडे वाटचाल त्वरेने करायला हवी.

याबरोबर आणखी काही बाबींचा विचार होणे आवश्यक वाटते. भारताकडे विदेशी चलनाचा साठा ३०० अब्ज डॉलर्सच्या जवळपास आहे. म्हणजेच ३०,००० कोटी डॉलर्स! डॉलर्सचा रुपयाशी विनिमय दर १ डॉलर = रुपये ४१ धरला तर विदेशी चलनाचा साठा सुमारे १२,३०,००० कोटी रुपये आहे. भारताचे २००८ चे अंदाजपत्रक पाहिले तर एकूण अपेक्षित कर महसूलाची रक्कम सहा लाख कोटी रुपये आहे. म्हणजेच भारताचा परकीय चलनाचा साठा करमहसुलाच्या दुपटीपेक्षा जास्त आहे. या गंगाजळीचा वापर भारत कसा करतो? यातील बरीच रक्कम अमेरिकेची

मध्यवर्ती बँक (फेडरल बँक) काढत असलेल्या बाँड्समध्ये गुंतवतो. म्हणजे विदेशातून आलेला पैसा पुन्हा विदेशातच गुंतविला जातो. शिवाय त्यावर मिळणारे व्याजही फारच अल्प आहे. सबब त्याची गुंतवणूक आपल्या देशात विकास आणि स्वालंबन शक्य करून देणाऱ्या योजनांत का करता येऊ नये? विदेशी गुंतवणूकदार सातत्याने भारतात गुंतवणूक करीत आहेत. त्यामुळे हा साठा वाढतच आहे. त्याचा योग्य विनियोग देशात होण्यासंबंधी विचारमंथन व्हायला हवे. शिवाय विदेशी पैसा भारतात आल्याने येथील चलनात वृद्धी होत असेल, त्याने लोकांची क्रयशक्ती वाढून मागणीत वाढ होत असेल आणि अखेरीस महागाई वाढत असेल तर विदेशी गुंतवणूक या देशात किती येऊ द्यायची याचाही विचार व्हायला हवा. गुंतवणूकीद्वारे आलेला पैसा आपला नाही. आज ना उद्या तो पैसा गुंतवणुकदार परत नेणार. जोपर्यंत या देशातून गुंतवणुकीवर आकर्षक उत्पन्न मिळत आहे तोपर्यंत नवीन गुंतवणूक येईल व आलेली गुंतवणूक टिकेल. जेव्हा अन्य कोणत्या देशात गुंतवणूक करणे अधिक फायद्याचे वाटेल तेव्हा ही विदेशी गुंतवणूक तिकडे जाणे स्वाभाविक आहे. १९८७-८८ पर्यंत आग्नेय आशियातील थायलंड, दक्षिण कोरिया, मलेशिया, इंडोनेशिया अशा देशात गुंतवणुकीचा मोठा ओघ जगभरातून होता. त्यानंतर भारत व चीन या अर्थव्यवस्था विदेशी गुंतवणूकदारांना खुणावू लागल्या. परिणाम जगासमोर आहे. आग्नेय आशियातील देशात चलन संकट उद्भवले आणि ज्यांना 'Asian tigers' म्हणून संबोधले होते, त्या आग्नेय आशियाई देशांच्या अर्थव्यवस्था पत्त्यांच्या बंगल्याप्रमाणे कोसळल्या. भारतानेही या अलीकडेच घडलेल्या नाट्यातून धडा घ्यायला हवा. विदेशी गुंतवणुकीवर मर्यादा असायला हवी का? त्याची आवश्यकता असल्यास विदेशी गुंतवणुकीवर कर लावण्याचा पर्याय संयुक्तिक होईल का? असलेला विदेशी चलनसाठा कशा प्रकारे गुंतवावा? फेडरल बॉण्डपेक्षा देशातील पायाभूत सुविधांचा विकास त्याद्वारे करणे योग्य होईल का? असा प्रश्नांवर राष्ट्रीय सहमती करायला हवी. त्यातून केवळ महागाईवरच नव्हे तर एकंदरीत विकासाच्या दृष्टीने दीर्घकालीन उपाय सापडू शकेल.

भारताने गेली साठ वर्षे जी धोरणे राबविली त्याचा एक परिणाम आज दिसतो आणि तो आहे भौगोलिक केंद्रीकरण! भारतासारख्या खंडप्राय देशात सुमारे ६० ते ७० शहरे अशी आहेत की भारतातील एकूण उत्पादन,

गुंतवणूक आणि इतर आर्थिक उलाढालींचा फार मोठा हिस्सा त्यांच्यात एकवटला आहे. शासनाची कार्यालये ही अशा शहरांमध्येच सापडतात. जरा गमतीने सांगायचे तर आदिवासी विकास महामंडळाचे कार्यालय मुंबईच्या अत्यंत महागड्या भागातच वसलेले आहे. जी गोष्ट कार्यालयाची तीच निवासी संकुलांची! दूरसंचार, वाहतूक, दळणवळण यांच्या साधनात, गतीत आणि बिनचूकतेमध्ये इतकी प्रगती झाली आहे की आता सर्व कार्यालये राजधानीच्याच ठिकाणी असण्याची अजिबात आवश्यकता नाही. टेलिफोन, इंटरनेट, फॅक्स, व्हिडिओ कॉन्फरंसिंग इत्यादी सुविधा सहज, उत्तम दर्जाच्या आणि वाजवी किंमतीत उपलब्ध आहेत. अत्यंत महागड्या शहरांमध्ये सर्व शासकीय कार्यालये व वसाहती ठेवण्याऐवजी त्या बाहेर बसविणे शक्य होईल का? Communication साठी टेलिफोन, इंटरनेट, फॅक्स, व्हिडिओ कॉन्फरंसिंग आदी सुविधांचा खर्च त्या मानाने नगण्य असेल का? त्याद्वारे प्रशासकीय कामाची पकड ढिली होणार नाही ना? खासगी क्षेत्रातील मोठ्या कंपन्या आपली व्यवस्थापकीय कार्यालये देशात आणि विदेशात अशा संपर्क यंत्रणेतूनच चालवितात ना? मुंबईत एकवटलेला देशभराचा शेअरबाजार ज्यावर लाखो लोकांचे कोट्यवधींच्या संख्येने व्यवहार होतात, कॉम्प्युटर व इंटरनेटच्या साहाय्याने छोट्या मोठ्या गावी, गल्लीबोळात पोचला ना? त्याचे किंवा नॅशनल स्टॉक एक्सचेंजचे व्यवस्थापन एका जागेवरून होऊ शकते ना? उत्तम पायाभूत सुविधा उपलब्ध करून दिल्या तर त्यांचे व्यवस्थापन मुंबईतूनच करणे आवश्यक राहील का? थोडक्यात शासनाने या खासगी क्षेत्रातील अवलंबलेल्या तंत्रज्ञानाचा व प्रयोगांचा अभ्यास करून आपली कार्यालये व वसाहती यांचे विकेंद्रीकरण करायला हवे. गगनाला भिडणाऱ्या जागेच्या किंमती व अन्य वस्तूंची महागाई होण्यास भौगोलिक केंद्रीकरण कारणीभूत आहे. मुंबई, दिल्ली, गुरगाव, चेन्नई, बंगलोर अशी कितीतरी उदाहरणे आपल्या समोर आहेत. यातील शासकीय कचेऱ्या व वसाहती जरी हलवल्या तरी महागाईवर नियंत्रण येऊ शकेल का? याचा गांभीर्याने विचार करायला हवा.

भौगोलिक विषमतेबरोबरचे उत्पन्न व मालमत्ता विषमता हेही एक कारण महागाईस आहे. नवश्रीमंत, भरपूर पगार/उत्पन्न मिळवणारा एक वर्ग शहरात एकवटला आहे. त्याची खर्च करण्याची क्षमता मोठी आहे आणि त्यात सतत वाढ होत आहे. कारण त्याचेकडे क्रयशक्ती आहे. सबब विलासी व

चैनीच्या वस्तूंची मागणी व किंमती वाढत आहेत. त्यांची जीवनशैली बदलणे ही सामाजिक दायित्वाची पूर्ततासुद्धा भाववाढीला आळा घालू शकेल.

अर्थमंत्री श्री. पी. चिदंबरम यांनी १६ एप्रिल २००८ रोजी संसदेत सांगितले की "I have no hesitation in repeating that cement manufacturers are behaving like a cartel..... there are signs that even steel manufacturers are behaving like a cartel.... if they do not understand the gravity of the situation and behave responsibly, Government will not hesitate to take tongh administrative measures.'' अर्थमंत्री विक्रय संघ बनवून किंमतवाढ करणाऱ्या सिमेंट आणि पोलाद उत्पादकांना असा दम देतात. पण एकाच शासनात एकाच वेळी काम करणाऱ्या मंत्र्यांचे मात्र त्याबाबत एकमत नाही, पोलाद राज्यमंत्री श्री. नितीन प्रसाद यांनी लोकसभेतील एका प्रश्नाच्या लेखी उत्तरात म्हटले की, ''The steel prices are determined by market forces, such as demand & supply and international prices..... However no evidence on cartelisation by steel companies in determining steel prices has been brought to the notice of the ministry of steel.'' मंत्रिमंडळात इतकी भिन्न मते असतील तर कृती काय होणार? सिमेंट आणि पोलादच्या किंमती कमी करण्याचे दडपण उत्पादक व वितरकांवर कसे येणार? देशामध्ये Competitive commission of india नावाची नियंत्रक संस्था असूनही शासनाने या संस्थेला कृती करायला केव्हाच सांगायला हवे होते. आधी नुकसान होऊ द्यायचे आणि मग उशिराने कृती करायची हे शासनाचे अत्यंत वाईट धोरण आहे.

शासनाने किमान खालील गोष्टी करायला हव्यात—

१. पंतप्रधान, अर्थमंत्री, वाणिज्यमंत्री व कृषिमंत्री एवढ्यांपुरताच भाववाढीचा प्रश्न मर्यादित नाही हे लक्षात घेऊन संपूर्ण मंत्रिमंडळात त्या विषयाची चर्चा करून सर्वसहमतीने धोरण निश्चित करावे.

२. महागाई निर्देशांक काढण्याची पद्धत (घाऊक किंमत निर्देशांकाऐवजी ग्राहक किंमत निर्देशांक), पायाभूत वर्ष, वस्तूंची संख्या व प्रत्येक वस्तूस दिलेला भार याचा पुनर्विचार करावा.

३. कृषिक्षेत्राच्या विकासाला अत्युच्च अग्रक्रम द्यावा.

४. ज्या जमिनीतून एकापेक्षा अधिक पिके घेता येणे शक्य आहे त्यांचा कृषीशिवाय इतर कार्यांसाठी (औद्योगिक, वाणिज्य, रहिवासी) वापर रोखावा.

५. देशातील मागास राज्यांवर अधिक भर देत दुसऱ्या हरितक्रांतीची सुरुवात करावी.

'जागतिक भाववाढीची कारण 'मीमांसा' या प्रकरणात आपण काही अर्थतज्ज्ञांची मते पाहिली. त्यांच्यामते विकसित देशांच्या (विशेषत: अमेरिका) चालू खात्यावरली भरमसाट तूट ही जगातील रोखता वाढण्यास कारणीभूत आहे. रोखता वाढल्याने जगातील मागणी वाढून किंमतवाढ झाली आहे, होत आहे. तसेच विकसनशील देशांची चलने अधोमूल्यित आहेत. किंमतीवाढीसाठी हे कारण असेल तर त्यावर उपाय काय? त्यांच्यामते उत्तर स्पष्ट आहे. आशियाई विकसनशील देशांनी आपला स्थानिक (देशांतर्गत) उपभोग (Consumption) वाढविला पाहिजे. ज्यातून त्यांना विकास साधता येईल आणि जागतिक स्तरावरील असंतुलनही दूर होईल. दुसऱ्या देशांच्या उपभोगासाठी (म्हणजेच निर्यातीसाठी) आपल्या देशात उत्पादन करणे यात काही फायदा जरूर आहे. परंतु निर्यातीतून विकास या मॉडेलची सद्दी आता संपली आहे. आशियाई विकसनशील देशांनी आपल्या देशाच्या विकासाचे नियाताभिमुख प्रतिमान (Model of export led economic growth) तपासून पाहायला सुरुवात केली आहे. त्याऐवजी देशांतर्गत मागणी वाढवून तिच्या पूर्ततेसाठी उत्पादन असे प्रतिमान अधिक फायद्याचे ठरू शकते. काही देशांनी उत्पादन करायचे आणि अन्य देशांनी त्याचा उपभोग घ्यायचा या मॉडेलमुळे जगात असंतुलन निर्माण झाले आहे आणि डॉलर अशक्त होत आहे.

विचारातील हा बदल चांगल्या विश्लेषणात्मक पद्धतीने मे २००५ मध्ये एशियन डेव्हलमेंट बँकेने प्रकाशित केलेल्या 'Export or Domestic led growth in Asia' या दस्तात मांडलेला आहे. आग्नेय आशियातील देशांच्या चलन संकटानंतर (१९८८-८९ नंतर) त्यांनी आर्थिक विकासाचा जो पवित्रा (Strategy) निवडला त्याचा सुंदर ऊहापोह Jesus Felipe आणि Joseph Lim या दोन लेखकांनी त्या दस्तात केला आहे. चलन संकटानंतर अर्थव्यवस्थांची पुनर्बांधणी करण्यासाठी 'उपायांचे जे संपुट' (Package of Solutions) तयार केले गेले, त्यात अनेक धोरणकर्त्यांनी 'देशांतर्गत मागणी वाढीने विकास' या नीतीला पाठिंबा दिला आहे. थायलंडसारख्या

देशाने अगदी उघडपणे तर मलेशियासारख्या देशाने जरा कमी अधिक विश्वासाने या धोरणाचा अंगिकार करायला सुरुवात केली आहे. जानेवारी २००१ मध्ये Mr. Thakshin यांनी थायलंडच्या पंतप्रधान पदाची सूत्रे स्वीकारल्यानंतर जाहीर केले होते की, ''निर्यातीसाठी मोठ्या प्रमाणात उत्पादन या धोरणापासून आम्ही अनेक मार्गांनी स्थानिक मागणीने विकास या धोरणाकडे जाणार आहोत.''

थायलंडच्या शासनकर्त्यांनी विदेशी मागणीतून निर्यात आणि विदेशी भांडवल या दोन गोष्टींवरील अति अवलंबित्व कमी करायला तेव्हापासून सुरुवात केली आणि गेल्या १०-१५ वर्षांत त्यांची फळे त्यांना मिळाल्याचा दावा केला जातो. त्यासाठी उत्पादनाचा संपूर्ण ढाचाच बदलविण्याची पंतप्रधानांची कल्पना होती. कारण पूर्वीचे उत्पादन हे विदेशी मागणी पूर्ण करणाऱ्या निर्यातीवर आधारित होते. नवीन धोरणात स्थानिक उद्योगधंदे व इतर ग्राहक (households) यांच्या मागणीची पूर्तता करणारे उत्पादन याला प्राधान्य देण्यात आले.

ऑगस्ट २००४ मध्ये ''Facing the challenges : Economic strategy and policy'' या शीर्षकाची एक श्वेतपत्रिका (White paper) थायलंडच्या सरकारने प्रकाशित केली. त्यात २००१ पासून शासनाने अंमलात आणलेल्या आर्थिक विषयपत्रिकेचे (Economic agenda) स्पष्टीकरण देण्यात आले. पूर्वीचे धोरणे खालील गोष्टींवर आधारित होती– विदेशी मागणीवर (Export) अति अवलंबित्व, नागरी गरजांच्या पूर्तीसाठी मोठ्या प्रमाणात उत्पादन (Urban-based mass production) आणि अनुत्पादक मालमत्ता निर्मिती! याचे संतुलन खालील बाबींवर आधारित करण्याचे धोरण शासनाने स्वीकारले. स्थानिक (देशांतर्गत) मागणीत रचनात्मक बदल (Structaral development) शेती, लघु व मध्य उद्योग तसेच ग्रामीण क्षेत्र या पारंपरिक अर्थव्यवस्थेच्या घटकांना प्राधान्य तसेच उद्योजक आणि थाई वस्तू व सेवांच्या योग्य किंमत निश्चितीचा प्रयत्न!

या सर्वांचा परिणाम म्हणजे स्थानिक बाजारपेठेत मागणी वाढविण्यास व निर्यातीवरील अवाजवी व अवास्तव अवलंबित्व कमी करायला सुरुवात झाली. याचा अर्थ निर्यात कमी झाली असा नाही. पूर्वी केवळ निर्यात डोळ्यासमोर ठेवून धोरणे ठरविली जात. २००१ नंतर तो एकच मार्ग न ठेवता दुहेरी प्रयत्न सुरू झाले. त्यामुळे स्थानिक मागणी व गुंतवणूक यावर

जास्त लक्ष केंद्रित करून विकास साधला पाहिजे, असे वाटू लागले. निर्यातीवर आधारित विकासाच्या प्रतिमानातील पुढील मर्यादा जरा ठळकपणे जगासमोर आल्या.

* या मॉडेलमुळे स्थानिक बाजारपेठेच्या वृद्धीतून आर्थिक निर्यातीसाठी विकास या संकल्पनेला नाकारले जाते.

* या नीतीने विकसनशील देश आपापसात निर्यातीसाठी स्पर्धा करतात व ती सशक्त व फायद्याची होतेच असे नाही. (race to the bottom)

* विकसनशील आणि विकसित देशांतील कामगारांचा कलह सुरू होतो.

* भरपूर गुंतवणूक आल्याने (Investment boom) निर्यातीवर आधारित आर्थिक प्रतिमा वित्तीय अस्थिरतेकडे घेऊन जाते.

* निर्यात करणाऱ्या देशांची चलने अधोमूल्यित असतील तर फार कडक मौद्रिक उपाय न केल्यास भाव फुगवट्याला आमंत्रण मिळते.

* निर्यातदार देशांच्या अर्थव्यवस्था निर्यातीवर निर्भर असल्याने त्यांच्या वस्तू व सेवा आयात करणाऱ्या देशांच्या मंदीचा फटका निर्यातदार देशांना बसतो.

उदा. आज अमेरिकेची अर्थव्यवस्था मंदीच्या दिशेने (slowdown) वाटचाल करीत आहे व त्यामुळे त्यांची मागणी कमी झाली आहे, आयात कमी झाली आहे याचा विपरित परिणाम अमेरिकेला निर्यात करणाऱ्या देशांना नक्की बसणार.

Blecker (२००३) आणि Palley (२००२) यांच्या सारख्या अर्थविदांनी स्पष्टपणे म्हटले की, ''सध्याच्या स्थितीत आणि स्थूल आर्थिक धोरणात जगातील सर्वच देश विकसनशील देशांनी अनुसरलेली निर्यताभिमुख विकास नीती अवलंबून वृद्धी करणे व्यवहार्य नाही, शक्य नाही.''

चीनच्या अकराव्या पंचवार्षिक योजनेच्या (11th plan) कागदपत्रात आर्थिक प्रतिमान आणि विकास धोरण म्हणून स्थानिक मागणीतील वाढ यावर भर दिला आहे. राष्ट्रीय विकास आणि सुधारणा आयोगाचे चीनचे मंत्री श्री. Ma Kai यांनी म्हटले आहे की, ''स्थानिक मागणीत वाढ या सूत्राने आम्ही पुढील पाच वर्षांत विकास करू. विदेशी गुंतवणूक व निर्यात यावर विसंबून न राहता देशांतर्गत उपभोग, गुंतवणूक आणि विदेशी मागणी व गुंतवणूक यांचा समतोल आम्ही साधू.'' चीनमधील दहाव्या

पंचवार्षिक योजनेकाळातील काही आकडेवारी बोलकी आहे. या काळात चीनमध्ये स्थानिक भांडवल निर्मिती (Capital formation) चा दर ३६% वरून ४४% पर्यंत वाढला, पण स्थानिक उपभोग दर (Consumption rate) मात्र ६१.५% वरून ५०.७% पर्यंत घसरला. देशाचे विदेशी व्यापारावर अवलंबित्त्व ३९.६% वरून वाढून ६३.९% झाले. जर अशी वृद्धी होत राहिली तर कदाचित अल्पकाळात चांगली फळे दिसतीलही ; पण लवकरच अर्थव्यवस्थेची अस्थिरतेकडे वाटचाल सुरू होईल. म्हणून ११ व्या पंचवार्षिक योजनेत आम्ही गुंतवणूक आणि उपभोग यांचे स्थानिक व आंतरराष्ट्रीय स्तरावर संतुलन करू. We will enhance the consumption capacity of residents, particuarly rural residents & low income population in urban areas. We will speed up the transformation of `foreign trade growth' mode and promote the switch of the dominant feature of foreign trade from volume expansion to quality improvement."

थायलंड, चीन या दोन देशांची उदाहरणे वर दिली आहेत. दोन्ही देश अन्य देशांचे प्रतिनिधित्व करतात असे मानले तर आशियाई देशात निर्यातीवर आधारित विकासाच्या प्रतिमानाच्या मर्यादा लक्षात आल्या आहेत असे वाटते. त्या देशांनी पर्यायी प्रतिमानात स्थानिक मागणी व गुंतवणूक यांना अग्रक्रम देण्यास सुरुवात केल्याचे दिसते. १९९० मध्ये जो नारा (घोषणा) दिली जात असे 'Export or perish' निर्यात करा अन्यथा नाश पावा तो आता बुलंद राहिलेला नाही. (अर्थात अजून तो Export and perish–निर्यात करा आणि नष्ट व्हा इतक्या दुसऱ्या टोकाला गेलेला नाही) अर्थविश्वात केवळ निर्यातीवर भर न देण्यासंबंधी पुनर्विचार सुरू झाला आहे हे नक्की!

भारताची लोकसंख्या जवळपास ११० कोटींवर पोचली आहे. दरडोई उत्पादनात वाढ होत आहे. क्रयशक्ती वाढत आहे आणि याचा नफा मिळवण्यासाठी उपयोग होईल या खात्रीने विदेशातील उद्योगांनी व गुंतवणूकदारांनी भारतात आपले बस्तान बसविणे सुरू केले आहे. आर्थिक धोरण म्हणून 'स्थानिक मागणीसाठी उत्पादन व गुंतवणूक' अशी फेररचना झाली तर जागतिक माहागाईचा फटका देशाला कसा बसेल? स्थानिक मागणी वाढण्यासाठी प्रयत्न करायला हवेत. त्यासाठी कदाचित संख्येने भरपूर, दरामध्ये वर असलेले आणि क्लिष्ट प्रक्रिया असलेले कायदे पुन्हा

तपासावे लागतील. सध्या भारतात किरकोळ किंमतीच्या सुमारे ३०% कराचा भार वस्तूंवर आहे. (१६% केंद्र सरकार आणि १२.५% मूल्यवर्धित कराच्या रूपाने राज्य सरकार) जगातील सर्वांत जास्त कर लावणाऱ्या देशांच्या यादीत भारताचा नंबर वरचा आहे. म्हणून अप्रत्यक्ष करांची सुधारणा केल्याशिवाय स्थानिक उपभोग आणि मागणी वाढविणे शक्य नाही. भारतातील महागाई कमी करण्यासाठी स्थानिक मागणीत वाढ करणे आणि ग्राहकांच्या मागणीनुसार (Consumer driven) उत्पादनात वृद्धी हे सूत्र उपयोगी पडू शकते.

गेली काही वर्षे भारतात भाववाढीचा दर बराच कमी होता. पण त्यापूर्वी भाववाढीचा दर बराच जास्त होता. ९१-९२ मध्ये तो १३.७%, ९२-९३ मध्ये १०.१% ९४-९५ मध्ये १२.६% इतका होता. या पार्श्वभूमीवर सध्याचा ७.५% च्या जवळपास असलेला महागाईचा दर काळजी उत्पन्न करणारा असला, तातडीचे उपाय योजण्याची गरज निर्माण करणारा असला तरी घाबरवून टाकणारा नक्की नाही. भारतीय अर्थव्यवस्थेच्या अंगभूत क्षमतांच्या जोरावर योग्य धोरणांची आखणी व अंमलबजावणी करून त्यावर निश्चित मात करता येईल. केवळ कोणावर तरी खापर फोडून प्रश्न सुटणार नाही. काहीतरी उपाय केल्याचा दिखावा करून प्रश्न निवळणार नाही. अन्नधान्याबाबतीत स्वयंपूर्ण होणं, स्वावलंबी होणं, विदेशी भांडवल व गुंतवणुकीच्या ओघाचे योग्य नियमन व नियंत्रण करणं, भौगोलिक विकेंद्रीकरण, उत्पन्न व मालमत्ता विषमता कमी करणं, 'निर्यात वृद्धीद्वारे विकास' या प्रतिमानाऐवजी 'स्थानिक मागणीत व गुंतवणुकीत वाढ करत निर्यातीशी व विदेशी गुंतवणुकीशी संतुलन करणं' अशा काही दीर्घकालीन उद्दिष्टांचा पाठपुरावा केला तर महागाईचं संकट आपल्याकडे फिरकणार नाही, त्याची भीती आपल्याला वाटणार नाही. वास्तव अर्थव्यवस्थेच्या (Real economy) दुर्लक्षाची किंमत सध्या आपण मोजत आहोत. त्यातून धडा घ्यायला हवा इतकेच. जागतिक प्रश्नाने भारताचे दार ठोठावले आहे की आपल्याच कर्माची फळे आपण भोगत आहोत, याचे यथार्थ विश्लेषण केले तर योग्य मार्ग सापडेल यात शंका नाही.

□

परिशिष्ट १.

Index numbers of wholesale prices in India - By groups and sub-groups (Month-end/Year-end) Prices

(Base : 1993-94 = 100)

Last Week of Month/ Year ended Saturday.	Weight	1994-95	2005-06	2006-07	2007					2008	
			April - March		Mar.	Oct.	Nov.	Dec.	Jan.	Feb. (P)	Mar. (p)
1	2	3	4	5	6	7	8	9	10	11	12
ALL. COMMODITIES	100.000	117.1	195.8	206.6	210.4	215.4	215.6	216.7	219.0	219.5	226.0
1. primary Articles	22.025	120.8	194.0	209.6	215.9	224.3	223.7	221.8	228.4	228.4	235.1
(A) Food Articies	15.402	114.9	195.7	211.1	214.2	224.1	222.3	219.0	220.8	224.9	227.2
a Foodgrains											
(Cereals + Pulses)	5.009	118.9	187.8	206.5	211.3	217.3	216.8	216.9	218.8	219.8	222.8
a 1. Cereals	4.406	118.2	186.4	199.8	205.6	213.9	213.8	214.7	217.0	217.8	219.3
a 2. Pulses	0.603	123.9	197.5	225.2	253.2	242.2	238.3	233.0	232.3	234.3	248.7
b. Fruits & Vegetables	2.917	103.1	218.6	228.6	221.5	239.8	230.9	216.6	221.1	226.9	239.9
b 1. Vegetables	1.459	95.0	191.8	199.1	180.0	227.7	212.0	192.2	188.4	186.1	208.5
b2 . Fruits	1.458	111.2	245.5	258.2	263.3	252.0	249.9	241.0	253.9	267.7	171.4
c. Milk	4.367	111.3	184.4	196.5	202.7	216.1	216.1	216.1	216.1	220.3	218.2
d. Eggs, Meat & Fish	2.28	122.1	218.1	227.6	236.3	236.1	237.4	233.0	233.7	244.3	239.8
e. Condiments & Spices	0.662	131.6	177.6	230.0	229.7	243.0	240.5	240.8	247.0	244.8	248.0

f. Other Food Articles	0.239	127.4	130.4	154.8	149.0	161.0	154.6	154.6	154.6	154.6	154.6
(B) Non-Food-Articles	6.138	136.9	179.1	179.6	203.9	209.0	211.4	212.2	218.4	221.0	226.6
a. Fibres	1.523	168.7	149.5	157.0	171.4	175.1	177.2	181.	186.5	187.3	195.0
b. Oil seeds	2.666	127.8	167.0	178.0	201.9	211.3	216.2	216.0	227.4	232.7	239.7
c. Other Non-Food Articles	1.949	124.4	218.8	231.0	232.2	232.4	231.7	231.4	231.1	231.2	233.5
(C) Minerals	0.485	104.2	329.5	416.9	420.3	424.7	424.7	433.8	594.8	433.8	595.8
a. Metallic Minerals	0.297	102.5	464.0	604.7	608.1	618.2	618.2	626.6	894.	626.6	891.0
b. Other Minerals	0.188	107.0	117.1	120.4	123.8	119.2	119.2	129.3	12.8	129.3	129.5
II. Fuel, Power, Light & Lubricants	14.226	019.1	307.4	324.0	320.1	323.7	323.7	332.7	334.8	336.9	341.4
a. Coal Mining	1.753	106.2	231.6	231.6	231.6	231.6	231.6	251.9	251.9	251.9	251.9
b. Minerls Oils	6.990	106.2	361.0	388.3	379.7	386.9	394.9	400.0	404.1	408.5	414.7
c. Electricity	5.484	113.6	263.4	271.6	272.4	272.7	272.7	272.7	272.9	272.9	276.5
III. Manufactured Products	63.749	117.6	171.5	179.3	184.0	188.2	187.8	189.0	189.9	190.3	197.1
(A) Food Products	11.538	113.2	176.9	182.9	186.1	190.1	193.3	193.5	196.3	916.3	203.0
a. Dariy Products	0.687	129.0	206.7	217.7	219.8	233.6	236.9	237.4	240.8	240.0	240.3
b. Canning Preserving & Processing of Fish	0.047	100.0	273.4	284.0	293. 8	293. 8	293. 8	293. 8	293. 8	293. 8	293. 8

c. Grain Mill Products	1.003	109.0	188.0	219.6	228.	234.7	238.2	235.5	238.0	238.4	240.0
d. Bakery Products	1.441	111.0	175.6	184.8	192.2	192.2	197.6	201.3	199.9	201.3	201.3
e. Sugar, Khandasri & Guir	3.929	109.5	179.0	179.9	163.9	156.7	151.8	151.5	152.0	151.6	156.7
F. Famufacture of Common Salts	0.021	114.1	236.9	222.8	220.0	218.3	219.3	218.3	232.2	230.5	232.2
g. Cocoa, Chocolate, Sugar & Confectionery	0.087	124.1	177.5	183.1	188.1	188.1	188.1	188.1	188.1	188.1	188.1
h. Edible Oils	2.775	118.4	145.9	155.1	163.5	173.0	175.9	176.8	181.4	185.3	196.3
i. Oil Cakes	1.416	118.3	189.8	199.8	235.8	250.6	262.7	281.6	285.5	286.7	299.9
j. Tea & Coffee Proccessing	0.967	99.5	197.7	179.6	187.8	197.0	197.0	193.6	199.7	193.9	193.9
k. Other Food Products n. e. c.	0.154	177.3	190.1	198.4	201.4	214.17	214.8	222.9	230.3	234.0	234.0
(B) Bevergaes, Tobacco & Tobacco Products	1.339	124.3	227.2	243.9	256.3	273.8	273.8	273.8	273.9	273.8	274.0
a. Wine Industries	0269	163.5	147.5	189.8	306.9	310.9	310.9	310.9	310.9	310.9	310.9
b. Malt Liquor	0.043	125.5	195.8	204.0	202.7	197.0	197.0	197.0	197.0	197.0	197.0
c. Soft Drinks & Carbonated Water	0.053	109.1	164.8	176.2	186.7	188.1	188.1	188.1	188.1	188.1	188.1
d. Manufacture of Bidi Cigarettes, Tobacco & Zarda	0.975	114.2	226.4	236.6	248.4	271.6	271.6	271.6	271.7	271.6	271.8

(C) Textiles	9.800	128.1	129.6	232.3	133.5	132.2	127.9	127.2	127.9	128.1	127.9
a. Cotton Textiles	4.215	148.3	145.5	159.1	159.9	158.1	148.8	148.6	150.6	151.6	151.7
a1. Cotton Yarm	3.312	152.1	150.2d	156.3	157.3	155.5	143.6	143.3	145.8	147.1	147.3
a2. Cotton Cloth (Mills)	0.903	134.4	169.6	169.4	169.4	167.5	167.9	167.9	168.0	168.0	168.0
b. Man Made Textiles	4.719	110.9	94.6	96.2	96.1	98.9	97.8	96.5	96.7	96.6	96.2
b1. Man Made Fibre	4.406	110.6	91.5	93.3	93.2	96.4	95.2	193.9	94.1	94.0	93.6
b2. Man Made Cloth	0.313	114.7	138.4	136.2	136.2	133.8	133.8	133.8	133.0	133.0	133.0
c. Woolen Textiles	0.190	139.9	181.1	173.4	170.3	170.9	170.9	170.9	170.9	170.9	170.9
d. Jute, Hemp & Mesta Textiles	0.376	120.5	207.0	218.4	247.1	199.5	204.8	205.1	200.2	196.2	195.6
e. Other Misc, Textiles	0.300	117.9	199.5	189.3	184.5	182.1	183.1	183.3	181.6	181.6	181.6
(D) Wood & Wood Products	0.173	113.3	196.3	205.9	215.9	215.9	215.9	215.9	215.9	215.9	215.9
(E) Paper & Paper Products	2.044	117.0	178.5	190.9	192.5	194.8	194.7	194.7	194.8	194.8	195.2
a. Paper & pulp	1.229	122.9	157.6	170.4	172.8	176.3	176.2	176.2	176.7	176.3	177.4
b. Manufacture of Boards	0.237	113.0	135.4	165.6	163.2	164.8	164.8	164.8	164.8	164.8	164.8
c. Printing & Publishing of Newspapers, Periodicals, etc.	0.578	106.2	240.7	244.7	246.3	246.3	246.3	246.3	245.6	246.3	245.6
(F) Leather & Leather Products	1.019	117.8	166.5	159.7	164.7	167.3	167.3	167.3	164.4	164.4	164.4
(G) Rubber & Plastic Products	2.388	117.0	139.2	148.8	154.9	160.3	160.8	163.5	163.6	163.6	163.6
a. Tyers & Tubes	1.286	119.6	131.1	142.3	150.0	160.4	160.7	162.6	162.8	162.8	162.8
a1. Tyers	1.114	120.3	122.6	131.0	136.6	147.9	148.2	148.8	148.8	148.8	148.8
a2. Tubes	0.142	114.1	201.7	233.6	258.0	261.2	261.2	273.8	275.7	275.7	275.7

b. Plastic Products	0.937	108.8	139.1	147.0	153.0	152.6	153.5	157.7	157.7	157.7	157.7
c. Other Rubber & Plastic products	0.165	143.9	201.5	209.5	203.8	202.8	202.8	202.8	202.8	202.8	202.8
(H) Chemicals & Chemical Products	11.931	121.6	188.7	194.1	199.0	204.7	205.0	2008.0	208.3	2.08.9	209.7
a. Basic Heavy Inognic Chemicals	1.446	125.6	174.5	170.8	166.3	191.4	190.0	212.1	213.6	216.1	221.5
b. Basic Heavy Orgnic Chemicals	0.455	130.4	164.9	180.1	189.1	168.5	170.3	180.8	171.6	175.9	179.6
c. Feritillsers & Pesticides	4.164	123.0	171.7	171.5	171.3	173.5	173.7	173.7	174.2	174.2	174.2
c1. Featilsers	3.689	121.8	174.9	177.3	178.1	180.6	180.8	180.8	181.4	181.4	181.4
c2 Pesticides	0.475	132.5	146.4	126.2	118.2	118.5	118.5	118.5	118.5	118.5	118.5
d. Paints, Vamishes & Lacquers	0.496	101.4	124.3	128.3	131.8	146.4	146.1	146.1	146.1	146.1	146.1
e. Dyestuffs & Indigo	0.175	115.0	110.9	105.6	105.2	112.7	112.7	112.7	112.7	112.7	112.7
f. Drugs & Medicines	2.532	132.9	279.0	294.1	310.5	315.6	315.6	315.4	315.5	315.5	315.5
g. Perffumes, Cosmetics, Toiletries, etc.	0.978	119.0	206.0	224.0	237.9	238.6	238.6	242.0	242.3	242.3	224.3
h. Tupertine, Synthetic Resins, Plastic Material etc.	0.746	111.9	132.0	132.9	137.5	144.3	149.8	141.2	142.5	143.7	144.3
i. Matches, Explosives & Other Chemicals n. e. c.	0.940	96.3	128.9	136.1	142.3	142.2	142.2	146.2	148.0	148.0	148.0

(I) Non-Metallic Mineral Products	2.516	122.4	170.5	192.0	201.7	210.2	210.4	210.3	211.4	211.4	213.8
a. Structural Clay Prroducts	0.230	101.4	189.8	195.3	197.3	211.7	211.7	211.7	218.6	214.4	219.4
b. Glass, Earthernwre, Chinaware & Their Pfoducts	0.237	126.3	159.2	160.6	168.6	168.6	168.6	166.4	166.4	166.4	166.4
c. Cement	1.731	126.9	167.4	197.6	210.4	219.5	219.7	219.9	220.6	221.2	221.2
d. Cement, State & Graphite Pfoducts	0.319	110.3	181.6	183.0	182.3	189.7	189.7	189.7	189.7	189.7	204.7
(J) Basic Metals Alloys & Metals Products	8.342	115.6	218.1	233.8	242.3	247.6	247.0	247.1	248.5	249.6	290.8
a. Basic Metals & Alloys	6.206	112.7	231.4	236.8	243.4	253.7	254.1	254.4	256.7	258.9	214.3
a1. Iron & Steel	3.637	112.6	249.6	155.0	262.9	277.9	278.4	289.1	280.1	282.8	352.8
a2. Foundries for Casting Forging & Structurals	0.896	113.5	230.5	228.6	236.9	242.1	242.1	242.1	243.5	244.9	298.7
a3. Pipes, Wires, Drawing & Others	1.589	112.9	192.9	204.3	207.4	210.1	210.5	210.9	215.8	217.5	243.5
a4. Ferro Alloys	0.085	102.9	184.5	148.5	150.7	156.2	156.2	156.2	156.2	156.2	156.2
b. Non-Ferrous Metals	1.466	130.8	195.8	259.5	277.8	263.1	258.3	257.5	255.7	252.6	252.4
b1. Aluminium	0.853	132.4	211.8	254.3	269.5	241.4	241.4	241.4	241.4	241.4	241.4
b2. Other Non-Ferrous Metals	0.613	128.6	173.5	266.7	289.4	293.2	281.7	279.9	275.6	268.3	267.6
c. Metal Products	0.669	108.7	144.4	150.0	153.8	156.0	156.8	156.8	156.8	157.4	157.4

(K) Machinery & Mrachine Tools	8.363	109.0	147.4	155.9	162.3	167.6	167.7	167.6	167.7	167.8	168.2
a. Non-Elictrica Machinery & Parts	3.379	111.1	188.2	195.1	196.9	200.3	200.5	201.0	200.9	2001.1	201.4
a1. Heavy Machinery & Parts	1.822	114.8	198.8	202.0	204.2	208.8	208.9	208.9	208.9	209.1	209.6
a2. Industrial Machinery for extiles,etc	0.568	108.4	246.1	255.3	257.5	260.9	260.9	260.9	261.2	260.9	261.2
a3 Refrigeration & Other Non-Electrical Machinery	0.989	106.0	135.2	147.7	148.7	150.0	150.2	151.9	151.6	151.9	151.8
b. Electrical Machinery	4.985	107.5	119.8	129.4	138.9	145.5	145.5	144.9	145.2	145.2	145.7
b1. Electrical Industrial Machinery	1.811	108.8	142.8	150.5	154.1	162.0	162.0	162.4	163.3	163.3	163.3
b2. Wires & Wet Batteries	1.076	119.0	146.4	180.8	216.9	234.2	234.2	231.0	231.0	231.0	233.2
b3. Dry & Wet Batteries	0.275	109.7	130.4	148.9	159.9	165.1	165.1	165.0	165.0	165.0	165.0
b4. Elctrical Apparatus & Appliances	1.823	99.2	79.2	75.3	74.7	73.7	73.7	73.7	73.7	73.7	73.7
(L) Transport Equipment & Parts	4.295	110.6	160.0	162.5	163.4	16.2	166.2	170.6	171.0	117.0	171.0
a. Locomotives, Reliway Wagons & Parts	0.318	105.4	125.1	125.0	122.2	135.3	135.3	135.3	135.3	135.3	135.3
b. Motor Vehicles Motorcycles, Scooters, Becycles & Parts	3.977	111.0	162.7	165.5	166.7	168.7	168.7	173.4	173.8	173.8	173.4

Source : Office of the Economic Adviser, Ministry of Commerce & Industry Government of India.

परिशिष्ट २

Consumer Price Inflation : Major Groups

CPI Measure	Weight	Mar-03	Mar-04	Mar-05	Mar-06	Mar-07	Jun-07	Sep-07	Dec-07	Feb-08	Mar-08
									(Year-on-year variation in per cent)		
1	2	3	4	5	6	7	8	9	10	11	12
CPI-IW (Base : #2001=100)											
General	100.0	4.1	3.5	4.2	4.9	6.7	5.7	6.4	5.5	5.5	–
Food Group	46.2	3.7	3.1	1.6	4.9	12.2	8.1	8.7	6.2	7.0*	–
Pan, Supari etc.	2.3	1.9	4.2	2.1	3.1	4.4	9.6	10.3	10.3	11.9*	–
Fuel and Light	6.4	6.3	6.5	4.9	-2.3	3.2	1.6	2.3	2.3	2.3*	–
Housing	15.3	5.4	3.9	20.4	6.6	4.1	4.1	4.0	4.0	4.7*	–
Clothing, Bedding etc.	6.6	1.5	2.1	2.3	3.0	3.7	4.4	5.3	3.5	3.5*	–
Miscellaneous	23.3	5.3	3.2	3.9	4.6	3.3	4.0	4.0	4.7	5.5*	–
CPI-UNME (BASE : 1984-85=100)											
General	100.0	3.8	3.4	4.0	5.0	7.6	6.1	5.7	5.1	5.2	6.0
Food Group	47.1	2.6	3.0	2.2	5.3	10.9	7.7	7.7	6.2	6.2	–
Fuel and Light	5.5	3.1	3.2	9.6	1.9	6.4	7.2	7.0	5.4	5.2	–
Housing	16.4	6.3	5.2	7.5	5.5	5.6	5.6	4.9	4.7	5.0	–
Clothing, Bedding etc.	7.0	2.6	2.6	2.0	2.9	3.6	4.3	4.0	4.1	4.4	–
Miscellaneous	24.0	6.0	2.8	4.4	5.1	4.4	3.7	3.2	3.8	4.2	–

			CPI-AL (Base : 1986-87=100)								
General	100.0	4.9	2.5	2.4	5.3	9.5	7.8	7.9	5.9	6.4	7.9
Food Group	69.2	6.0	1.6	2.2	5.5	11.8	1.1	1.1	6.2	6.7	8.5
Pan, Supari etc	3.8	3.5	4.7	-1.3	6.6	5.7	9.1	11.1	11.3	10.2	10.4
Fuel and light	8.4	4.8	3.0	3.0	4.3	6.9	7.4	7.2	6.3	8.0	8.0
clothing, Bedding etc.	7.0	3.0	4.1	2.5	2.2	3.5	2.7	1.9	1.3	1.8	1.8
Mescellaneous	11.7	3.1	2.7	5.5	5.5	76.8	6.7	5.5	5.2	5.9	6.1
			CPI-RL (Base : 1986-87=100)								
General	100.0	4.8	2.5	2.4	5.3	9.2	7.5	7.6	5.6	6.1	7.7
Food Group	66.8	5.6	1.9	1.9	5.8	11.5	8.5	8.8	6.2	6.7	8.2
Pan, Supari etc.	3.7	3.5	4.7	-1.0	6.3	5.7	9.3	11.6	11.5	10.4	10.6
Fuel and Light	7.9	4.8	3.0	2.9	4.0	6.9	7.4	7.2	6.3	8.0	8.0
Clothing, Bedding, etc.	9.8	3.3	3.4	2.8	2.7	3.1	2.6	2.1	2.6	2.8	2.8
Miscellaneous	11.9	3.1	3.0	5.5	5.2	6.3	6.2	5.3	5.0	5.9	6.2
Memo :											
WPI Inflation	6.5	4.6	5.1	4.1	5.9	4.4	3.4	3.8	5.0	7.4	
(End of Period)											
GDP Deflator based	3.9	3.7	4.2	4.9	5.5	5.6	4.1	2.6	–	3.9	

Inflation @

: Data Prior to January 2006 are based on the old series (Base : 1982=100)

* : Janauary 2008. @ : Data for March Pertain to full year. IW : Industrial Workers. UNME : Urban Non-Manul Employees. AL : Agricultural Laboures. RL : Rural Laboures.

स्रोत- RBI MAY 2008 Bulletin, Table 42.

परिशिष्ट ३

Movement in Key Policy Rates and Inflation in India

(Per cent)

Effective since	Reverse Repo Rate	Repo Rate	Cast Reserve Ratio	WPI Inflation
1	2	3	4	5
March 31, 2004	4.50	6.00	4.50	4.6
September 18, 2004	4.50	6.00	4.75(+0.25)	7.9
October 2, 2004	4.50	6.00	5.00(+0.25)	7.1
October 27, 2004	4.75(+0.25)	6.00	5.00	7.4
April 29, 2005	5.00(+0.25)	6.00	5.00	6.00
October 26, 2005	5.25(+0.25)	6.25(+0.25)	5.00	4.5
January 24, 2006	5.50(+0.25)	6.50(+0.25)	5.00	4.2
June 9, 2006	5.75(+0.25)	6.75(+0.25)	5.00	4.9
July 25, 2006	6.00(+0.25)	7.00(+0.25)	5.00	4.7
October 31, 2006	6.00	7.25(+0.25)	5.00	5.3
December 23, 2006	6.00	7.25	5.25(+0.25)	5.8
January 6, 2007	6.00	7.25	5.50(+0.25)	6.4
January 31, 2007	6.00	7.50(+0.25)	5.50	6.7

Scouce - RBI Bulletin May 2008 Table 39

February 17, 2007	6.00	7.50	5.75(+0.25)	6.0
March 3, 2007	6.00	7.50	6.00(+0.25)	6.5
March 31, 2007	6.00	7.75(+0.25)	6.00	5.9
April 14, 2007	6.00	7.75	6.25(+0.25)	6.3
April 28, 2007	6.00	7.75	6.50(+0.25)	6.0
August 4, 2007	6.00	7.75	7.00(+0.50)	4.4
November 10, 2007*	6.00	7.75	7.50(+0.50)	3.2

* : The CRR has been further raised by 50 basis pointw to 8.0 per cent in two stages of 25 basis points each to be effective from the fornight begining April 26, 2008 and May 10, 2008

Note :

1. With effect from October 29, 2004, the nomenclature of repo and reverse repo was changed in keeping wih inernational usage. Now revere repo indicates absorption of liqudity and repo signifies injection of liquidity. Pror to October 29, 2004, repo indicated absorption of liquidity, while reverse repo meant injiction of liquidity. The nomenclature in this document is based on the new usage of terms even for the period prior to October 29, 2004.

2. Figures in parentheses indicate cahnge in policy rates.

Source – RBI Bulletin May 2008 Table 39.

www.ingramcontent.com/pod-product-compliance
Lightning Source LLC
LaVergne TN
LVHW010652200726
843507LV00011B/1838